कंप्युटर ऑपरेटर आणि प्रोग्रामिंग असिस्टंट COPA मराठी MCQ

मनोज डोळे

डिजिटायझेशन ही काळाची गरज आहे. भविष्यात, प्रशिक्षण अधिक सोयीस्कर आणि सोपे करण्यासाठी औद्योगिक प्रशिक्षण संस्थांमध्ये ऑनलाइन इंटरनेट वापरून प्रशिक्षण घेणे आवश्यक आहे. MCQ प्रश्नांचा संच असलेली ई-पुस्तके प्रशिक्षणार्थींना उपलब्ध करून दिली जातील कारण त्यांना त्यांच्या औद्योगिक प्रशिक्षण संस्थांमध्ये होणाऱ्या ऑनलाइन परीक्षांच्या तयारीसाठी MCQ प्रश्नांची अधिक सवय होणे आवश्यक आहे.

या सर्व बाबी लक्षात घेऊन श्री.मनोज मधुकर डोळे प्रशिक्षक, औद्योगिक प्रशिक्षण संस्था, सातारा यांनी नवीन वार्षिक प्रणाली आणि NSQF-5 अभ्यासक्रमानुसार पुस्तके लिहिली आहेत. आणि त्यांनी प्रशिक्षण सुलभ करण्यासाठी सैद्धांतिक मोबाइल ॲप्स आणि ब्लॉग तयार केले आहेत आणि हे सर्व शैक्षणिक साहित्य जगप्रसिद्ध Google Play Store, Amazon आणि Apple Book Store वर डाउनलोड करण्यासाठी उपलब्ध केले आहे.

पुस्तकांचे प्रकाशन माननीय सहसंचालक श्री राजेंद्र घुमे साहेब प्रादेशिक व्यावसायिक शिक्षण व प्रशिक्षण कार्यालय, पुणे यांच्या हस्ते दिनांक 9/1/2019 रोजी करण्यात आले, यावेळी श्री प्रकाश सायगावकर साहेब प्राचार्य शासकीय औद्योगिक प्रशिक्षण संस्था औंध पुणे, श्री तुकाराम मिसाळ साहेब प्राचार्य डॉ. सरकार प्र.संस्था सातारा, श्री सचिन धुमाळ साहेब जिल्हा व्यवसाय शिक्षण व प्रशिक्षण अधिकारी सातारा, श्री यतीन पारगावकर साहेब मुख्याध्यापक गो. प्र.संस्था कोल्हापूर, श्री विकास टेके साहेब निरीक्षक व्यावसायिक शिक्षण व प्रशिक्षण क्षेत्रीय कार्यालय पुणे, पालेकर फूड्स प्रॉडक्ट्स प्रा. लि.चे सातारा येथील उद्योजक अध्यक्ष श्री.नीळकंठराव पालेकर साहेब, हिरा फूड्स चे चेअरमन श्री.इब्राहिम बाबा तांबोळी साहेब, सौ.शाल्मली पवार मुख्याध्यापिका शासकीय तंत्रनिकेतन केंद्र सातारा व इतर मान्यवर यावेळी उपस्थित होते.

अनुक्रमणिका

प्रस्तावना

कंप्युटर ऑपरेटर आणि प्रोग्रामिंग असिस्टंट हे आयटीआय आणि अभियांत्रिकी अभ्यासक्रमासाठी संगणक ऑपरेटर आणि प्रोग्रामिंग असिस्टंट , सुधारित NSQF अभ्यासक्रमासाठी एक साधे ई-पुस्तक आहे, त्यात अधोरेखित आणि ठळक अचूक उत्तरांसह वस्तुनिष्ठ प्रश्न समाविष्ट आहेत MCQ सर्व विषयांचा समावेश आहे ज्यात सुरक्षिततेबद्दल सर्व नवीनतम आणि महत्त्वाच्या गोष्टींचा समावेश आहे. आणि पर्यावरण, अग्निशामक साधनांचा वापर. ट्रेड टूल्स, कॉम्प्युटर पेरिफेरल्स, अंतर्गत घटक, मूलभूत DOS कमांड, विंडोज आणि लिनक्स इंटरफेस आणि त्याच्याशी संबंधित सॉफ्टवेअर इन्स्टॉलेशन ओळखते. एमएस ऑफिस वर्ड डॉक्युमेंट, एक्सेल शीट आणि पॉवर पॉइंट प्रेझेंटेशन, एमएस एक्सेससह डेटाबेस. संस्थेची नेटवर्क प्रणाली. HTML वापरून इंटरनेट ब्राउझर मूलभूत स्थिर वेबपृष्ठ. JavaScript आणि डायनॅमिक वेबपेज आणि नोंदणीकृत डोमेनमध्ये होस्टिंग तंत्र. MS Excel मध्ये विविध प्रकारचे मॅक्रो तयार आणि संपादित करण्यासाठी आणि VBA वापरून वापरकर्ता फॉर्म विकसित करण्यासाठी VBA. अकाउंटिंग सॉफ्टवेअर टॅली. ई-कॉमर्स सिस्टम आणि ई-कॉमर्स वेबसाइट्स. सायबर गुन्हे सायबर सुरक्षा संकल्पनेद्वारे इंटरनेटवरील माहिती सुरक्षित करतात.

आम्ही प्रत्येक नवीन आवृत्तीसह नवीन प्रश्नांची उत्तरे जोडतो. कृपया काही त्रुटी/ वगळल्यास आम्हाला ईमेल करा. सर्व अभियांत्रिकी बहुपर्यायी प्रश्न आणि उत्तरांसाठी हे निर्विवादपणे सर्वात मोठे आणि सर्वोत्तम ई-पुस्तक आहे.

विद्यार्थी म्हणून तुम्ही ते तुमच्या परीक्षेच्या तयारीसाठी वापरू शकता. हे ई-पुस्तक प्राध्यापकांना साहित्य रीफ्रेश करण्यासाठी देखील उपयुक्त आहे.

नांदी, प्रस्तावना

21 व्या शतकातील औद्योगिक क्षेत्रातील वेगाने वाढणाऱ्या मागणीच्या अनुषंगाने बहु-कुशल कारागीरांचा पुरवठा करण्यासाठी व्यवसाय शिक्षण आणि व्यवसाय प्रॅक्टिकल विभागामार्फत व्यावसायिक शिक्षण आणि प्रशिक्षण विभागामार्फत व्यावसायिक शिक्षण आणि प्रशिक्षण दिले जाते. संस्थांमधील सर्व व्यवसाय महत्त्वाचे आहेत, कारण या व्यवसायांतील प्रशिक्षणार्थी उद्योगाच्या मागणीनुसार बहु-कौशल्ये विकसित करतात.

औद्योगिक क्षेत्रातील सर्व उद्योगांमधील सर्व परीक्षा ऑनलाइन घेतल्या जातात आणि त्यामध्ये MCQ पद्धतीच्या प्रश्नांचा समावेश होतो हे लक्षात घेऊन सर्व व्यवसायांसाठी योग्य MCQ ई-पुस्तके उपलब्ध करून देण्याच्या उदात्त हेतूने. श्री.मनोज मधुकर डोळे यांनी नवीन वार्षिक अभ्यासक्रमानुसार MCQ पद्धतीवर खूप चांगले ई-बुक लिहिले आहे. हे ई-बुक सर्व प्रशिक्षणार्थी, प्रशिक्षणार्थी उमेदवार, प्रशिक्षण प्रशिक्षक आणि संबंधित इतरांसाठी निश्चितच मार्गदर्शक ठरेल.

पुस्तकाचे लेखक श्री.मनोज मधुकर डोळे आहेत, इन्स्ट्रक्टर गव्हर्नमेंट ITI सातारा यांना 17 वर्षांचा प्रशिक्षणाचा अनुभव आहे. नवीन वार्षिक पॅटर्न म्हणून लिहिलेल्या, या ई-बुकमध्ये प्रत्येक विषयासाठी मांडणी, सोपी भाषा आणि सोपी वाक्यरचना, आकृती आणि व्हिडिओ समजून घेण्यासाठी आधुनिक डिजिटल QR कोड तंत्रज्ञान समाविष्ट केले आहे. त्यामुळे सखोल अभ्यास आणि परीक्षेच्या सरावासाठी हे ई-बुक नक्कीच उपयोगी पडेल याची मला खात्री आहे. त्यांनी केलेले काम नक्कीच कौतुकास्पद आहे.

श्री तुकाराम मिसाळ
प्राचार्य शासकीय औद्योगिक प्रशिक्षण संस्था सातारा.

ऋणनिर्देश, पावती

DGET नवी दिल्ली आणि CSTARI कोलकाता ऑगस्ट 2018 च्या सत्रापासून ITI मधील सर्व व्यवसायांसाठी वार्षिक पॅटर्न लागू करत आहेत. परीक्षा पद्धतीतही बदल करण्यात येणार असून या वर्षीपासून ती ऑनलाइन होणार असून सर्व प्रश्न वस्तुनिष्ठ स्वरूपाचे (MCQ) असल्याने प्रशिक्षणार्थींना सखोल अभ्यासाची नितांत गरज आहे. हे लक्षात घेऊन जुन्या NIMI पॅटर्नवर आधारित पुस्तके आणि नवीन वार्षिक पॅटर्नचे संपूर्ण विहंगावलोकन सादर करताना आम्हाला आनंद होत आहे आणि आम्हाला आशा आहे की ही पुस्तके सर्व व्यवसाय संचालक आणि प्रशिक्षणार्थींसाठी मार्गदर्शक ठरतील. आहे.

ही पुस्तके लिहिल्याबद्दल जोहर आवटे साहेब, ITI अकलूजचे प्राचार्य. ITI सातारा चे माजी प्राचार्य सायगावकर साहेब, सहाय्यक संचालक श्री चंद्रकांत ढेकणे साहेब व्यवसाय शिक्षण व प्रशिक्षण प्रादेशिक कार्यालय, पुणे, जिल्हा व्यवसाय शिक्षण व प्रशिक्षण अधिकारी सचिन धुमाळ साहेब व मुख्याध्यापिका शासकीय तंत्रनिकेतन केंद्र शाल्मली पवार मॅडम व मुलगा अधिराज डोळे, आई कुसुम डोळे. , माझे वडील मधुकर डोळे आणि पत्नी अश्विनी डोळे यांनी वेळोवेळी केलेल्या विशेष मार्गदर्शन व सहकार्याबद्दल मी त्यांचा मनःपूर्वक आभारी आहे.

तसेच अतिशय कमी कालावधीत पुस्तक प्रकाशित करण्यात अमूल्य वेळ दिल्याबद्दल श्री राजेंद्र घुमे साहेब, सहसंचालक, व्यवसाय शिक्षण व प्रशिक्षण प्रादेशिक कार्यालय, पुणे यांनी पुस्तकाचे पुनरावलोकन केले. त्यांच्या अभिप्रायाबद्दल मी मनापासून आभारी आहे.

पुस्तक लिहिण्याच्या सुरुवातीपासूनच सतत पाठबळ दिल्याबद्दल ITI सातारा च्या प्रशिक्षकांचा मी आभारी आहे.

या पुस्तकातून, ई-लर्निंगबद्दलचे माझे विचार तुमच्याशी शेअर करण्यात मी स्वतःला धन्य समजतो. हे पुस्तक परिपूर्ण आहे असा दावा मी करणार नाही, कारण परिपूर्णतेचा विचार करता हे पुस्तक एक प्रयत्न आहे आणि बाल्यावस्थेत आहे. त्यांची चाचणी आणि सूचना दिल्यास ते सुधारण्यासाठी मोलाचे ठरतील.

मनोज डोळे
दिनांक 9/1/2019

1

कंप्युटर ऑपरेटर आणि प्रोग्रामिंग असिस्टंट COPA मराठी MCQ

Online Test Exam
ITI Books
CNC Course
AutoCAD CAM
JOB & Apprentice
Online Theory
Computer Course
Trading Course
Web Designing
MSCIT Course
Shopping Business
Internet Business
Remotasks Course
Online Services
Top Sportsmans
Indian Army
Freedom Fighters
Top Scientists
Social Reformers
Motivational Speaker
Top Richest People
Join WhatsApp Group
Join Facebook Group
Like Facebook Page
PAN / Adhar / Licence Passport

ई-पुस्तक प्रकाशन

COMPUTER PARTS
COMPUTER
MOUSE
KEY BOARD
SCREEN / MONITOR
FLASH DRIVE
TOWER
COMPACT DISC
LAPTOP
PRINTER
SCANNER
CARTRIDGES
WEB CAM

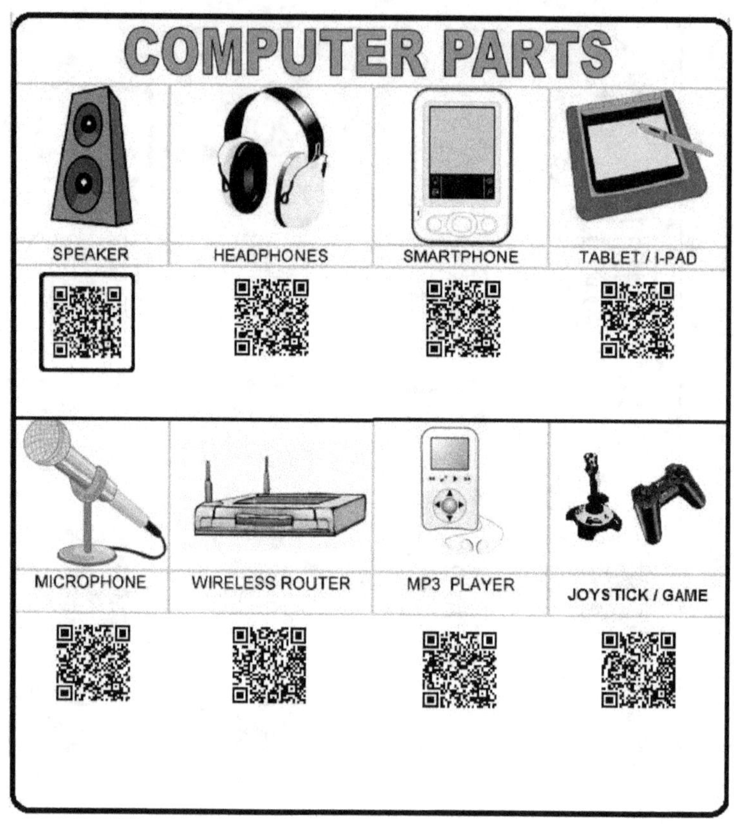
COMPUTER PARTS
SPEAKER
HEADPHONES
SMARTPHONE
TABLET / I-PAD
MICROPHONE
WIRELESS ROUTER
MP3 PLAYER
JOYSTICK / GAME

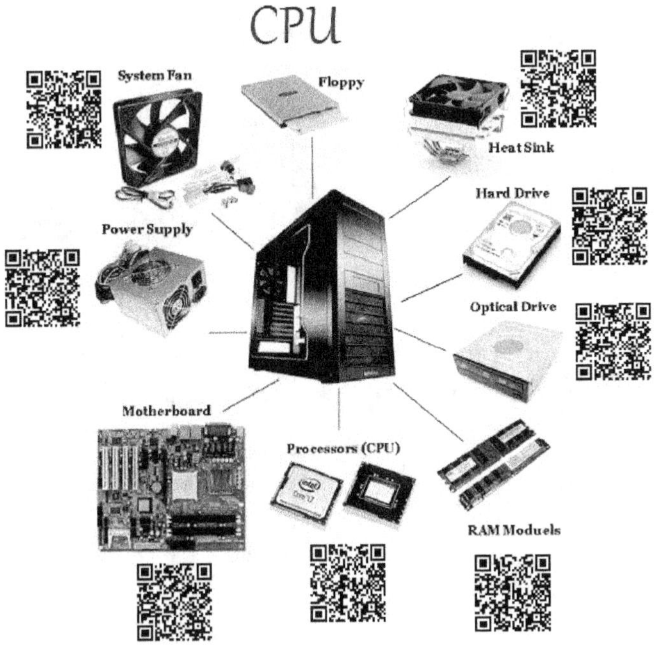

Computer CPU
Hardware Components

Matheeboad

Motherboard
Hardware Components

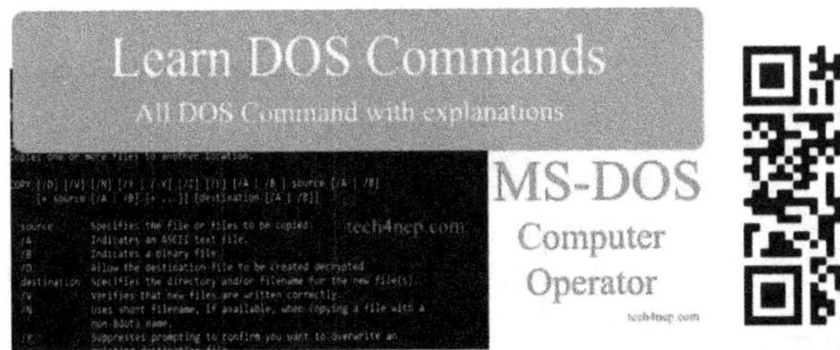

Excel Basic Functions

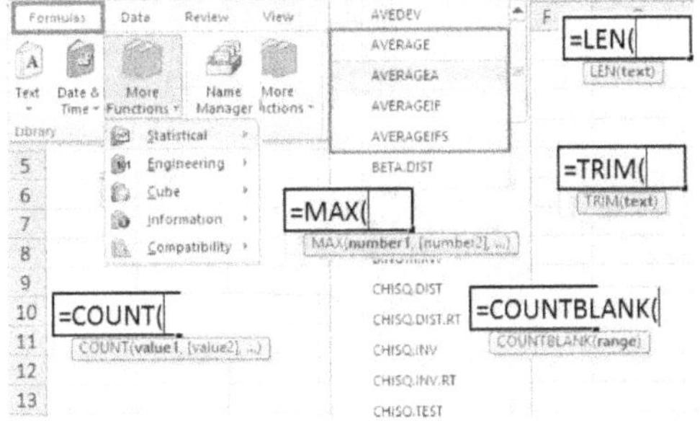

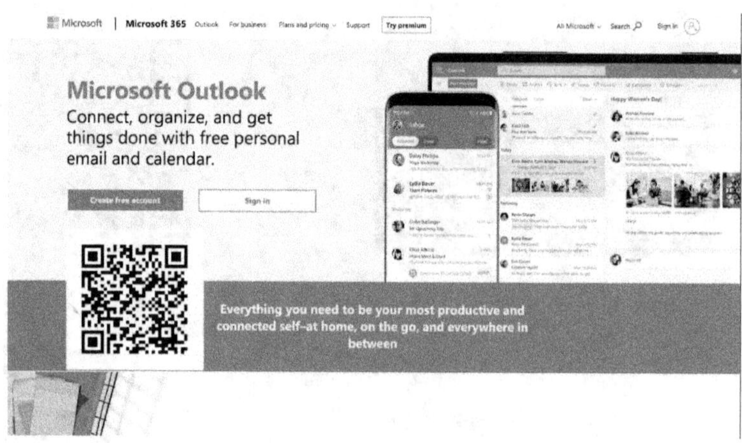

Microsoft
Microsoft 365
Outlook
For business
Plans and pricing
Support
Try premium
All Microsoft
Search
Sign in
Microsoft Outlook
Connect, organize, and get things done with free personal email and calendar.
Create free account
Sign in
Everything you need to be your most productive and connected self–at home, on the go, and everywhere in between

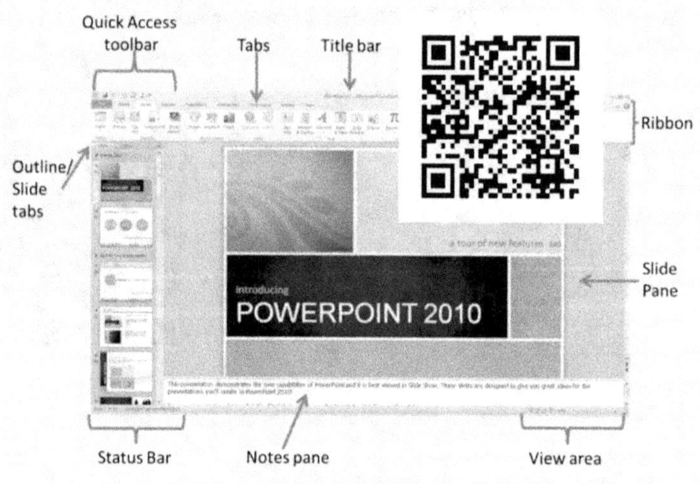

Quick Access toolbar
Tabs
Title bar
Ribbon
Outline/ Slide tabs
Slide Pane
introducing
POWERPOINT 2010
Status Bar
Notes pane
View area

MS Paint

Microsoft
FEATURES OF
MS WORD
IN HINDI
WHAT IS MS WORD
HISTORY OF MS WORD
FEATURES OF MS WORD

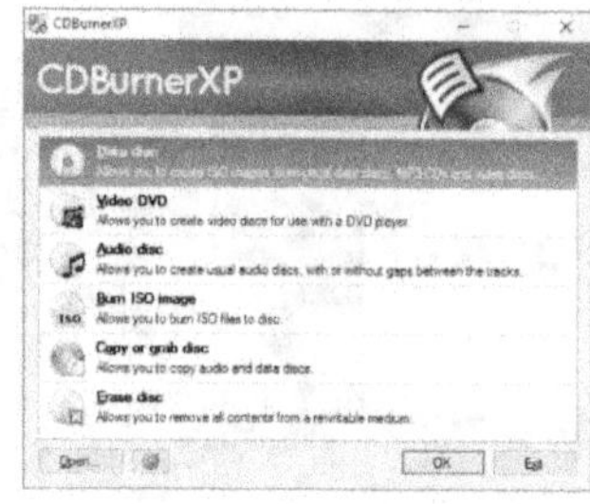

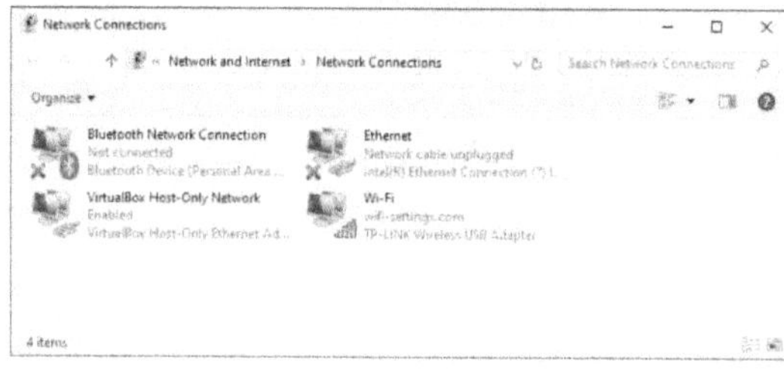

Software Installation

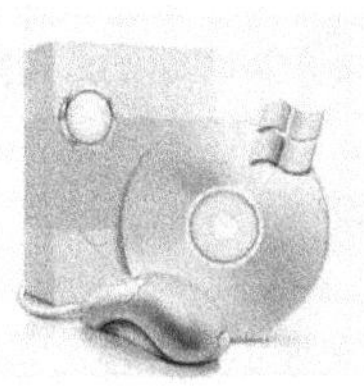

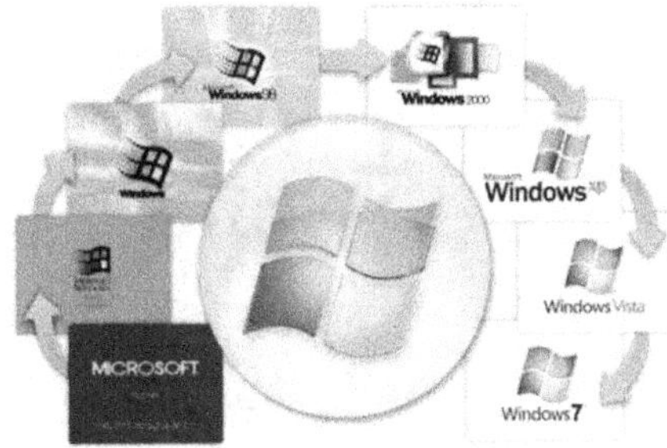

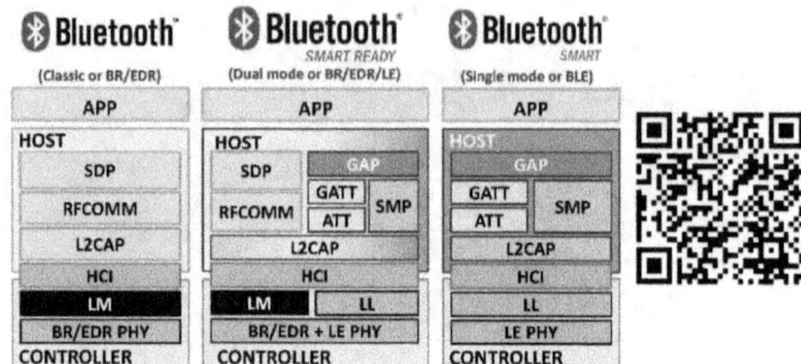
Bluetooth
(Classic or BR/EDR)
APP
HOST
SDP
RFCOMM
L2CAP
HCI
LM
BR/EDR PHY
CONTROLLER

Bluetooth
SMART READY
(Dual mode or BR/EDR/LE)
APP
HOST
SDP
RFCOMM
GAP
GATT
ATT
SMP
L2CAP
HCI
LM
LL
BR/EDR + LE PHY
CONTROLLER

Bluetooth
SMART
(Single mode or BLE)
APP
HOST
GAP
GATT
ATT
SMP
L2CAP
HCI
LL
LE PHY
CONTROLLER

WiFi
Wireless Network
Wireless Access Point
DSL/Cable
Local Network

What is a Browser - Definition and Types

What is
Email?

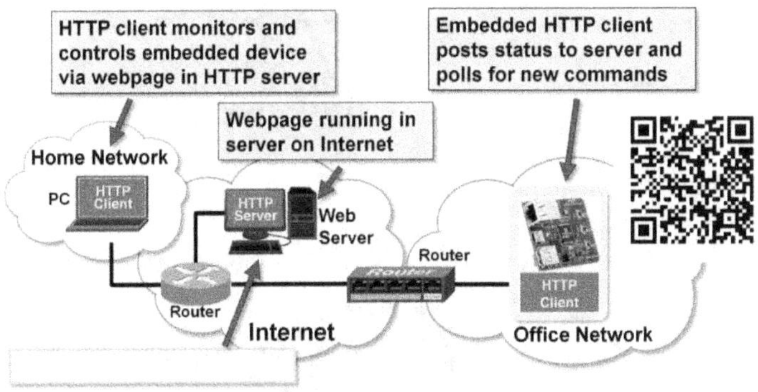
HTTP client monitors and
controls embedded device
via webpage in HTTP server
Embedded HTTP client
posts status to server and
polls for new commands
Webpage running in
server on Internet
Home Network
PC
HTTP
Client
HTTP
Server
Web
Server
Router
Router
Router
HTTP
Client
Internet
Office Network

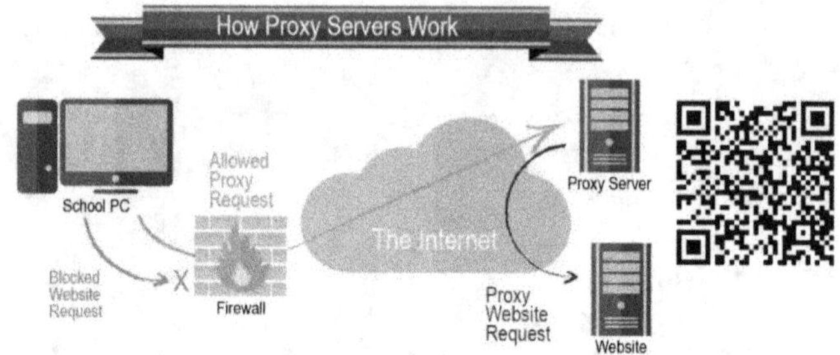
How Proxy Servers Work
Allowed
Proxy
Request
School PC
The Internet
Proxy Server
Blocked
Website
Request
X
Firewall
Proxy
Website
Request
Website

WWW
What is WWW?

Full HTML & CSS Website
World's Biggest University
Contact Us
Our Facilities
What Our Students Says

Domain-Name-System

Domain-Name-System

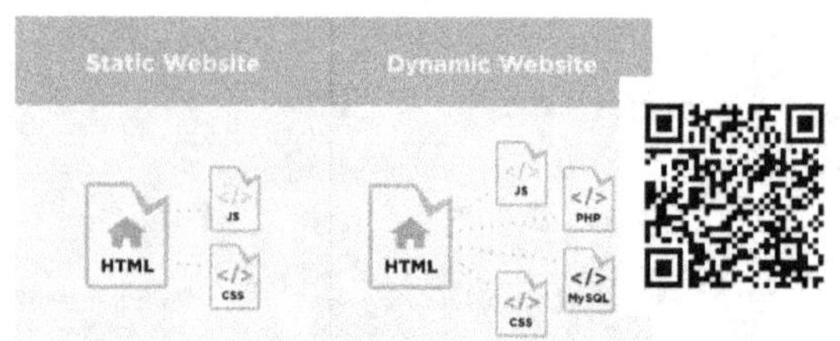

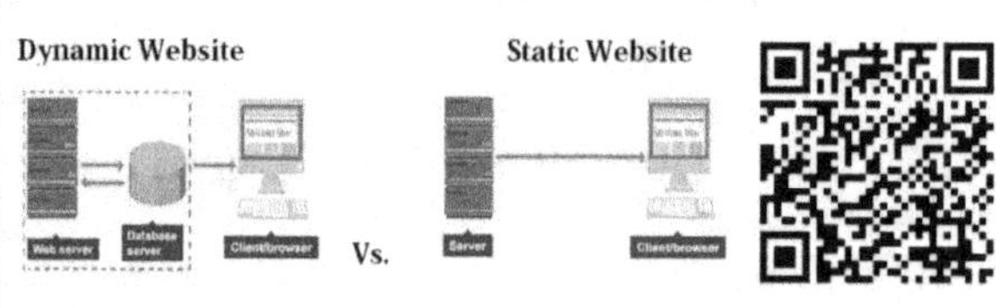

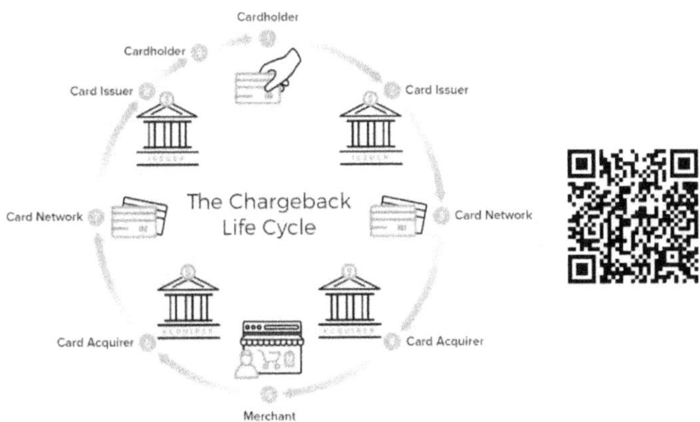
Cardholder
Cardholder
Card Issuer
Card Issuer
The Chargeback Life Cycle
Card Network
Card Network
Card Acquirer
Card Acquirer
Merchant

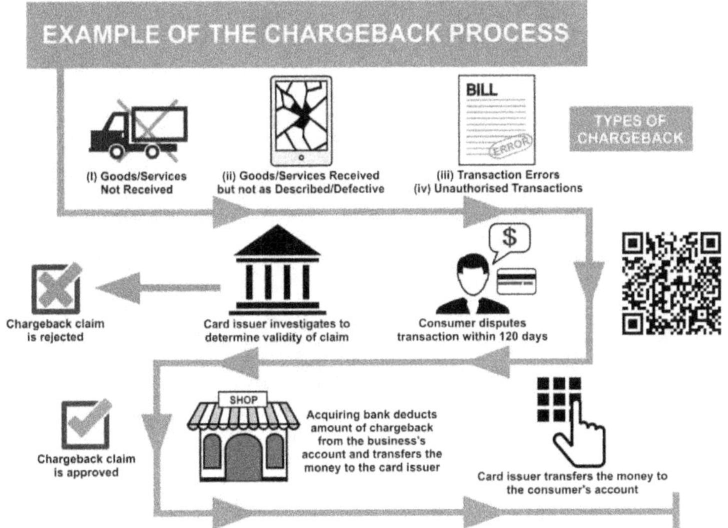
EXAMPLE OF THE CHARGEBACK PROCESS
(I) Goods/Services Not Received
(ii) Goods/Services Received but not as Described/Defective
BILL
ERROR
(iii) Transaction Errors
(iv) Unauthorised Transactions
TYPES OF CHARGEBACK
Chargeback claim is rejected
Card issuer investigates to determine validity of claim
Consumer disputes transaction within 120 days
Chargeback claim is approved
SHOP
Acquiring bank deducts amount of chargeback from the business's account and transfers the money to the card issuer
Card issuer transfers the money to the consumer's account

TYPES OF
E-COMMERCE
BY PRODUCTS
• Physical goods
• Digital goods
• Services
• Affiliates
BY
REVENUE MODEL
• Wholesaling
• White labeling
• Drop-shipping
• Subscription
Model
BY
BUSINESS MODEL
• B2B
• B2C
• C2B
• C2C

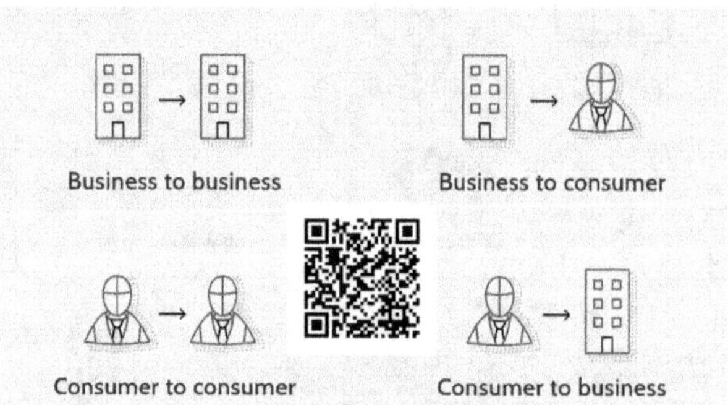
Business to business
Business to consumer
Consumer to consumer
Consumer to business

Payment & Order Processing

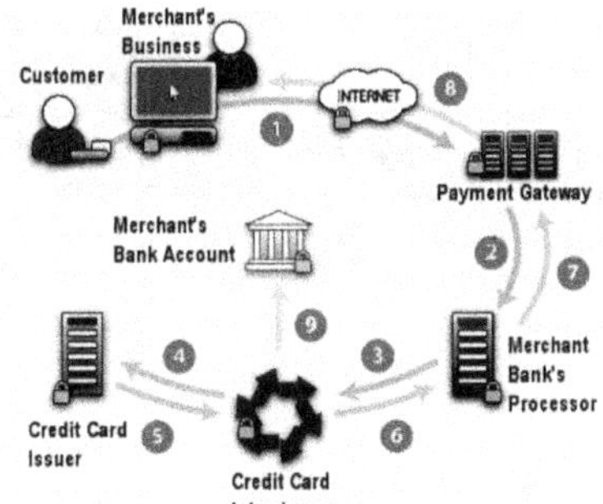

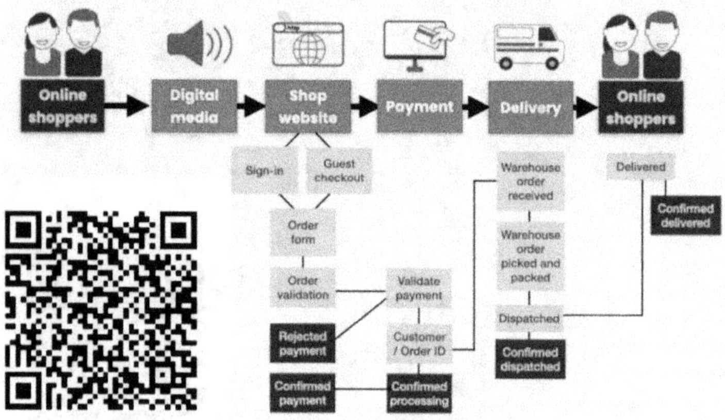
Order to delivery : ideal experience
Online shoppers
Digital media
Shop website
Payment
Delivery
Online shoppers
Sign-in
Guest checkout
Order form
Order validation
Validate payment
Rejected payment
Customer / Order ID
Confirmed payment
Confirmed processing
Warehouse order received
Warehouse order picked and packed
Dispatched
Confirmed dispatched
Delivered
Confirmed delivered

Top 8 Best Payment Gateways for Your Online Store
PayPal
Razorpay
stripe
Braintree
authorize net
Paytm
instamojo
CC-Avenue
PAYMENTS
$200

How payment gateways help you accept and send payments:

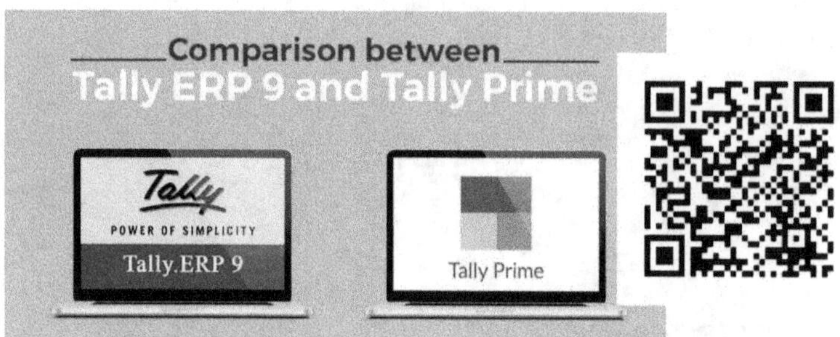
Comparison between
Tally ERP 9 and Tally Prime
Tally
POWER OF SIMPLICITY
Tally.ERP 9
Tally Prime

Social
Networking
Sites
SOCIAL MEDIA
MARKETING

CYBER SECURITY

2

कंप्युटर ऑपरेटर आणि प्रोग्रामिंग असिस्टंट COPA मराठी MCQ

1] ABC म्हणजे --------------

अ] स्वयंचलित श्वास नियंत्रण

ब] स्वयंचलित रक्त नियंत्रण

क] वायुमार्गातीलश्वासोच्छवासाचेअभिसरण

ड] स्वयंचलित रक्त परिसंचरण

अग्निरोधक

3] "क्लास बी" आग विझवण्यासाठी अग्निशामक यंत्राचे प्रकार वापरले जातात ....

अ] कोरडीशक्ती

ब] कार्बन डायऑक्साइड

क] पाण्याचा जेट

ड] फोम प्रकार

4] सामान्य आग विझवण्यासाठी कोणत्या प्रकारचे अग्निशामक यंत्र वापरले जाते?

अ] पाण्याचेप्रकारविझविण्याचेयंत्र

ब] फोम प्रकार एक्टिंग्विशर

क] कोरडी रासायनिक पावडर एक्टिंग्विशर

D] कार्बन डायऑक्साइड (C02) एक्टिंग्विशर

5] रक्तस्त्राव झाल्यास उपचार घ्या

डी] थंड 3" आणि विश्रांती

अ] थंडपाण्याचीफवारणीकरा

ब] पट्टी लगेच -----.

ब] अपघात विचार उपचार बद्दल चौकशी

safety   workshop safety

6] अपघात झाल्यास, पीडितेने आय.एम

अ] विश्रांती घेण्यास सांगितले

क] तात्काळहजरझाले

डी] त्याला सोडा

७] जखमी किंवा आजारी व्यक्तीला प्राथमिक उपचार दिले जातात....

अ] जीव वाचवा

ब] मफचा पुढील बिघाड टाळा

क] शक्य तितका आराम द्या

ड] हेसर्व

प्र.१. स्मृतीचे सर्वात मोठे एकक खालीलपैकी कोणते?

अ] गिगाबाइट्स.

ब] बाइट्स.

क] मेगाबाइट्स.

ड] किलोबाइट्स.

Q.2. सॉफ्टवेअरचा प्राथमिक उद्देश डेटामध्ये बदलणे हा आहे.

अ] वेबसाइट.

ब] माहिती.

क] कार्यक्रम.

ड] वस्तू.

Q.3. GUI चा अर्थ आहे

अ] <u>ग्राफिकलयूजरइंटरफेस.</u>

ब] ग्रेटर यूजर इंटरफेस.

C] ग्राफिकल युनियन इंटरफेस.

डी] ग्राफिकल वापरकर्ता स्वारस्य.

Q.4. की बोर्ड की ज्यावर बाण असतात त्यांना म्हणतात -

अ] फंक्शन की.

ब] <u>नेव्हिगेशनकी.</u>

क] टाइपरायटर की.

ड] विशेष उद्देश कळा.

Q.5. ASSCII, EBCDIC आणि युनिकोड ही ॲप्लिकेशन सॉफ्टवेअरची उदाहरणे आहेत

अ] खरे.

ब]<u>असत्य.</u>

प्र.६. विंडोज ऑपरेटिंग सिस्टममधील स्क्रीनच्या कोणत्याही भागामध्ये प्रवेश करण्याचा सर्वात सोपा मार्ग म्हणजे वापरणे.

अ] की बोर्ड.

ब] उंदीर.

क] <u>उंदीर.</u>

ड]] जॉयस्टिक.

प्र.७. सॉफ्टवेअरला ए असे देखील म्हणतात

अ] प्रक्रिया.

ब] डेटा.

क] <u>कार्यक्रम.</u>

ड] माहिती.

प्र.८. मूळ फाईल्स खराब झाल्यास किंवा हरवल्यास बॅक प्रोग्राम फाईल्सच्या प्रती बनवतात.

अ] <u>खरे.</u>

ब] असत्य.

प्र.९. मायक्रोप्रोसेसरला अनेकदा CPU म्हणतात

अ] <u>खरे.</u>

ब] असत्य.

प्र.१०. .... युटिलिटी हार्ड डिस्कवरील अनावश्यक फाइल्स ओळखते आणि वापरकर्त्यांच्या कमांडच्या आधारे त्या मिटवते.

अ] बॅकअप.

ब] फाइल कॉम्प्रेशन.

C] प्रोग्राम अनइन्स्टॉल करा.

डी] डिस्कसाफकरा.

प्र.११. या प्रकारचे सॉफ्टवेअर तुम्हाला अधिक उत्पादनक्षम कार्य बनविण्यात मदत करण्यासाठी डिझाइन केलेले आहे आणि जवळजवळ प्रत्येक डिस्क लाइव्ह आणि व्यवसायात मोठ्या प्रमाणावर वापरले जाते.

अ] कम्युनिकेशन सॉफ्टवेअर.

ब] उपयुक्तता सॉफ्टवेअर.

क] बेसिकऍप्लिकेशनसॉफ्टवेअर.

ड] सिस्टम सॉफ्टवेअर.

प्र.१२. लघुसंगणक म्हणूनही ओळखले जाते.

अ] मध्यमश्रेणीचेसंगणक.

ब] वैयक्तिक डिजिटल संगणक.

C] मेनफ्रेम संगणक.

ड] लॅपटॉप संगणक.

प्र.१३. खालीलपैकी कोणते उपकरण संगणकावर जलद खेळ खेळण्यासाठी वापरले जाते.

अ] स्पर्श पृष्ठभाग.

ब] टच स्क्रीन.2

क] ट्रॅक बॉल.

डी] जॉयस्टिक.

प्र.१४. खालीलपैकी कोणता संगणक पोर्टेबल संगणक मानला जाणार नाही.

अ] डेस्कटॉपसंगणक.

ब] नोटबुक संगणक.

C] वैयक्तिक डिजिटल सहाय्यक.

ड] यापैकी नाही.

प्र.१५. हेडफोन हे एक सामान्य आउटपुट उपकरण आहे.

अ] खरे.

ब] असत्य.

प्र.१६. अनइन्स्टॉल प्रोग्रॅम्स आम्हाला संगणकात इन्स्टॉल केलेले अवांछित प्रोग्रॅम काढून टाकण्यास मदत करतात.

अ] खरे.

ब] असत्य.

प्र.१७. स्टोरेज डिव्हाइसची क्षमता सामान्यतः बाइट्सच्या संदर्भात मोजली जाते.

अ]खरे.

ब] असत्य.

प्र.१८. स्टोरेज डिव्हाइसची क्षमता सामान्यतः मीटरच्या संदर्भात मोजली जाते.

अ] खरे.

ब]असत्य.

प्र.19............ हे पॉइंटिंग यंत्र आहे.

अ]उंदीर.

ब] प्रिंटर.

क] स्कॅनर.

ड] कीबोर्ड.

प्र.२०. F1, F2 वगैरे लेबल असलेल्या कीबोर्ड की .... म्हणतात.

अ] फंक्शनकी.

ब] संख्यात्मक कळा.

क] टाइपरायटर की.

ड] विशेष उद्देश कळा.

प्र.२१. कॅप्स लॉक सारख्या कीबोर्ड की ज्या वैशिष्ट्ये चालू किंवा बंद करतात त्यांना म्हणतात.

अ] फंक्शन की.

ब] संयोजन की.

क] कीटॉगलकरा.

ड] विशेष उद्देश की.

प्र.२२. वर्ड प्रोसेसिंग, इलेक्ट्रॉनिक स्प्रेड शीट्स, डेटाबेस मॅनेजर आणि ग्राफिक्स प्रोग्राम हे सर्व शीर्षकाखाली गटबद्ध केले आहेत.

अ] ब्राउझिंग कार्यक्रम.

ब] कार्यप्रणाली.

क] ॲप्लिकेशनसॉफ्टवेअर.

ड] डेटा आणि माहिती.

प्र.२३. कीबोर्ड, माउस, मॉनिटर आणि सिस्टम युनिट एकत्रितपणे या नावाने देखील ओळखले जाते

अ] घन वस्तू.

ब] सॉफ्टवेअर.

क] हार्डवेअर.

ड] फर्म वेअर.

प्र.२४. मॉनिटर स्क्रीनवरील प्रतिमेच्या आउटपुटला सहसा सॉफ्ट कॉपी म्हणतात.

अ] खरेआहे .

ब] असत्य.

प्र.२५. बायनरी क्रमांकन प्रणालीमधील प्रत्येक 0 आणि 1 ला बिट म्हणतात.

अ] खरेआहे .

ब] असत्य.

प्र.२६. कॅच मेमरी RAM मधून वारंवार ॲक्सेस केलेली माहिती संग्रहित करण्यासाठी वापरली जाते.

अ] खरेआहे .

ब] असत्य.

प्र.२७. सिस्टम बोर्डला मुख्य बोर्ड किंवा मदर बोर्ड असेही म्हणतात.

अ] खरेआहे .

ब] असत्य.

प्र.२८. ASSCII, EBCDIC आणि युनिकोड या बायनरी कोडिंग योजना आहेत.

अ] खरेआहे .

ब] असत्य.

प्र.29. कीबोर्डवर 0-9 असे लेबल लावलेल्या कळा म्हणतात.

अ] फंक्शन की.

B] संख्यात्मककी.

क] टाइपरायटर की.

ड] विशेष उद्देश कळा.

प्र.३०. CD ROM म्हणजे कॉम्पॅक्ट डिस्क रीड ओन्ली मेमरी.

अ] खरेआहे .

ब] असत्य.

प्र.३१. .... मध्ये चरण-दर-चरण परिचय असतात जे संगणकाला कार्य कसे पूर्ण करायचे ते सांगतात.

अ] कार्यक्रम.

ब] हार्डवेअर.

क] डेटा.

ड] वस्तू.

प्र.३२. सीडी-आर म्हणजे सीडी-रेकॉर्डेबल.

अ] खरे.

ब] असत्य.

Q.33.......... हे बॅकग्राउंड सॉफ्ट वेअर आहे जे संगणकाला त्याच्या अंतर्गत संसाधनांचे व्यवस्थापन करण्यास मदत करते.

अ] <u>सिस्टमसॉफ्टवेअर.</u>

ब] माहिती.

क] वस्तू.

ड] यापैकी नाही.

प्र.३४. प्रिंटर वापरून मिळवलेल्या प्रतिमेच्या आउटपुटला हार्ड कॉपी म्हणतात.

अ] <u>खरे.</u>

ब] असत्य.

प्र.35. फाईल कम्प्रेशन प्रोग्राम्स शिवाय, खाली दिलेले आहेत

अ] विन जि.प.

ब] <u>RAID.</u>

क] आरएआर जिंका.

ड] पीके जि.प.

प्र.३६. डिस्कवरील ट्रॅक हे अनेक गोलाकार रिंग क्षेत्रांपैकी एक आहे जेथे डेटा चुंबकीय पद्धतीने लिहिला जातो.

अ] <u>खरे.</u>

ब] असत्य.

प्र.३७. फ्लॉपी डिस्क्स काढता येण्याजोग्या स्टोरेज मीडिया आहेत.

अ] <u>खरे.</u>

ब] असत्य.

प्र.३८. कीबोर्ड की ज्यावर बाण असतात त्यांना म्हणतात.

अ] फंक्शन की.

ब] संयोजन की.

क] <u>नेव्हिगेशनकी</u>

ड] विशेष उद्देश की.

प्र.३९. मायक्रोप्रोसेसरला अनेकदा CPU म्हणतात.

अ] <u>खरेआहे</u> .

ब] असत्य.

प्र.४०. आठ बिट्स चाव्याव्दारे बनतात.

अ] <u>खरे.</u>

ब] असत्य.

प्र.४१. मॉनिटर स्क्रीनवरील प्रतिमेच्या आउटपुटला बर्‍याचदा हार्ड कॉपी म्हणतात.

अ] <u>खरे.</u>

ब] असत्य.

Q.42.......... सामान्यतः वापरल्या जाणाऱ्या अनुप्रयोगांचे प्रतिनिधित्व करण्यासाठी आणि उघडण्यासाठी वापरल्या जाणाऱ्या ग्राफिकल वस्तू आहेत.

अ] GUI.

ब] प्राइमर्स॰.

सी] विंडोज एनटी.

डी] चिन्हे.

Q.43. CD-ROM म्हणजे CD-RW.

अ] खरे.

ब] खोटे.

Q.44. RAM मध्ये संग्रहित डेटा आहे

अ] अस्थिर आहे.

ब] वीजचालूअसतानाचअसते.

C] पॉवर बंद केल्यानंतर काही मिनिटेच शिल्लक राहते.

ड] कायमस्वरूपी आहे आणि केवळ पॉवर फेल्युअरमध्ये गमावले आहे.

प्र.४५. CD-R म्हणजे CD-Regional.

अ] खरे.

ब] खोटे.

प्र.४६. मॉनिटरचे प्राथमिक कार्य वापरकर्त्याला माहिती प्रदर्शित करणे आहे.

अ] खरे.

ब] असत्य.

प्र.४७. रँडम ऍक्सेस मेमरी] रॅम. स्मृती प्रकार आहे.

अ] कायम.

ब] तात्पुरता.

क] फ्लॅश.

ड] स्मार्ट.

Q.48 संगणकाची बाह्य मेमरी मदरबोर्डवर स्लॉट्सच्या स्वरूपात असते.

अ] खोटे.

ब] खरे.

Q.49 संगणकाची अंतर्गत मेमरी मदरबोर्डवर चिप्सच्या स्वरूपात असते

अ] खरे.

ब] असत्य.

Q.50 कॅशे मेमरी रॅम वरून वारंवार ऍक्सेस केलेली माहिती संग्रहित करण्यासाठी वापरली जाते.

अ] खरे.

ब] असत्य.

प्र.१. "सिस्टम डेट" आणि "सिस्टम टाइम" ही संगणकाच्या अंतर्गत घड्याळाद्वारे राखलेली तारीख आणि वेळ आहे.

अ] खरे

ब] असत्य

Q.2. डिस्क क्लीनअपचा वापर तुमच्या फाइल्सची पुनर्रचना करण्यासाठी केला जातो जेणेकरून त्या तुटल्या जाणार नाहीत.

अ] खरे

ब] असत्य

Q.3. विंडो व्हिस्टा मध्ये फोल्डर सिस्टमला "डिरेक्टरी सिस्टम" असेही म्हणतात.

अ] खरे

ब] असत्य

Q.4. "rtf" म्हणजे "रिच टेक्स्ट फॉरमॅट"

अ] खरे

ब] असत्य

Q.5. Windows Vista कसे वापरायचे, समस्यानिवारण माहिती मिळवणे, समर्थन प्राप्त करणे आणि बरेच काही कसे करायचे हे जाणून घेण्यासाठी तुम्ही .... वर क्लिक करू शकता.

अ] "शोध"

ब] "विंडोज"

C] "प्रारंभ करा"

D] "मदतआणिसमर्थन"

प्र.६. MS पेंटमध्ये वक्र रेषा काढण्यासाठी आपल्याला .... आयकॉनवर क्लिक करावे लागेल.

अ] "वक्र"

ब] "ओळ"

C] "बहुभुज"

D] "आयत"

प्र.७. .... छापायच्या वर्णांची उंची आणि रुंदी संदर्भित करते.

अ] "फॉन्टआकार"

ब] "सीमा"

C] "सेल"

D] "फॉन्ट शैली"

प्र.८. एक बटण आहे जे "शीर्षक पट्टी" वर उपस्थित नाही.

अ] कमी करणे

ब] प्रारंभकरा

क] कमाल करणे

ड] बंद

प्र.९. डिस्क डीफ्रॅगमेंटरचा वापर तुमच्या हार्ड डिस्कवरील अनावश्यक फाइल्स काढून टाकण्यासाठी केला जातो आणि तुमचा संगणक अधिक वेगाने चालतो.

अ] खरे

ब] असत्य

प्र.१०. तुमच्या चित्राचा आकार बदलण्यासाठी, मेनूमधून "इमेज विशेषता" निवडा.

अ] खरे

ब] असत्य

प्र.११. कॅल्क्युलेटर ॲप्लिकेशन सुरू करण्यासाठी "प्रारंभ करा" क्लिक करा आणि "सर्व प्रोग्राम्स ॲक्सेसरीज कॅल्क्युलेटर" निवडा.

अ] खरे

ब] असत्य

प्र.१२. .... मोठा आणि गुंतागुंतीचा मजकूर दस्तऐवज तयार आणि स्वरूपित करण्यासाठी वापरला जाऊ शकतो.

एक गणकयंत्र"

ब] "वर्डपॅड"

C] "नोटपॅड"

D] "टेक्स्ट पॅड"

प्र.१३. नोटपॅड हा मूलभूत मजकूर संपादक आहे ज्याचा वापर साधे दस्तऐवज तयार करण्यासाठी केला जाऊ शकतो.

अ] खरे

ब] असत्य

प्र.१४. फोल्डर प्रणालीला "................" असेही म्हणतात.

अ] "दिग्दर्शन प्रणाली"

ब] "निर्देशिकाप्रणाली"

C] "डिरेक्टरी यादी"

ड] "फोल्डर बुक"

प्र.१५. फोल्डरमधील फोल्डर "फोल्डर सूची" म्हणून ओळखले जाते.

अ] खरे

ब] असत्य

प्र.१७. A .... हे एका कंटेनरसारखे आहे ज्यामध्ये तुम्ही फाइल्स साठवू शकता.

अ] "चिन्ह"

ब] "दस्तऐवज"

C] "फोल्डर"

D] "पत्रक"

प्र.१८. ऑपरेटिंग सिस्टिमचे काम .... ते आहे

अ] अनेक उपयुक्त कमांड्स सहज कार्यान्वित करा.

ब] परिभाषित अनुप्रयोग प्रोग्राम इंटरफेसद्वारे सेवेसाठी विनंती करणे.

C] सर्वातमूलभूतस्तरावरसंगणकनियंत्रितकरण्यासाठी.

ड] यापैकी नाही.

प्र.१९. विंडोज इंटरफेस .... वर आधारित आहे.

A] "ग्राफिकलयूजरइंटरफेस" किंवा GUI

B] ऍप्लिकेशन प्रोग्राम इंटरफेस किंवा] API.

C] "क्लिपबोर्ड"

ड] यापैकी नाही

प्र.२०. फाईलच्या नावामध्ये फाईलचे नाव आणि उप फाईलचे नाव असे दोन भाग असतात.

अ] खरे

ब] असत्य

प्र.२१. विशिष्ट फाइलचे स्थान पटकन ऍक्सेस करण्यासाठी, तुम्ही फाइलसाठी शॉर्टकट चिन्ह तयार करा आणि डेस्कटॉपवर ठेवा.

अ] खरे

ब] असत्य

प्र.२२. Windows Vista मध्ये विंडो साइडबारमध्ये गॅझेट नावाचे मिनी-प्रोग्राम असतात.

अ] खरे

ब] असत्य

प्र.२३. नोटपॅड वापरून तयार केलेली फाईल एक्स्टेंशनसह साठवली जाते.................

अ] ".txt"

ब] ".docx"

C] ".png"

D] ".jpg"

प्र.२४. विंडोज व्हिस्टा मध्ये दोन प्रकारचे "शोधक" समर्थित आहेत: नियमित शोध झटपट शोध.

अ] खरे

ब] असत्य

प्र.२५. जेव्हा तुमचा संगणक बूट होतो आणि वापरण्यासाठी तयार असतो, तेव्हा तुम्ही पाहत असलेल्या स्क्रीनला .... म्हणतात.

अ] "टेबल टॉप"

ब] "डेस्कटॉप"

C] "लॅपटॉप"

ड] यापैकी नाही

प्र.२६. "संगणक" हे एक असे ॲप्लिकेशन आहे जे हँडहेल्ड कॅल्क्युलेटरप्रमाणेच कार्य करते.

अ] खरे

ब] असत्य

प्र.२७. .... हे स्पाय वेअर टाळण्यासाठी आणि काढून टाकण्यासाठी डिझाइन केलेले आहे.

अ] वापरकर्ता खाते नियंत्रण

ब] विंडोज फायरवॉल

सी] विंडोजडिफेंडर

ड] पालक नियंत्रण

प्र.२८. Windows Vista प्रोग्राम्समध्ये क्लिपबोर्ड उपलब्ध नाही.

अ] खरे

ब] असत्य

प्र.29. "विंडोज एरो" म्हणजे काय

A] हा Windows XP साठी ग्राफिकल यूजर इंटरफेस आहे.

ब] हा Windows Vista साठीग्राफिकलयूजरइंटरफेसआहे.

क] अर्ज कार्यक्रम

ड] यापैकी नाही

प्र.३०. संगणकाचा मूलभूत प्रोग्राम कोणता आहे?

अ] कार्यप्रणाली

ब] सॉफ्टवेअर प्रोग्राम

क] अर्ज कार्यक्रम

ड] यापैकी नाही

प्र.३१. जसे तुम्ही टाइप करता, मजकूर आपोआप पुढच्या ओळीवर सरकतो तो समासाच्या उजव्या टोकाला पोहोचतो. या वैशिष्ट्याला "वर्ड रॅप" म्हणतात.

अ] खरे

ब] असत्य

प्र.३२. "लॉग ऑफ" ही वीज वाचवणारी स्थिती आहे.

अ] खरे

ब] <u>असत्य</u>

प्र.३३. विंडोज व्हिस्टा मध्ये, तुम्ही तुमच्या स्क्रीनच्या वेगवेगळ्या भागात एकाच वेळी अनेक प्रोग्राम्स चालू असलेले पाहू शकता.

अ] <u>खरे</u>

ब] असत्य

प्र.३४. द .... मेन्यूचा वापर डॉक्युमेंटमध्ये सादर केलेला दिसण्यासाठी केला जातो.

अ] "घाला"

ब] "संपादित करा" ?

C] <u>"स्वरूप"</u>

D] "फाइल"

प्र.३५. पेंट ऑब्जेक्टमध्ये मजकूर जोडण्यासाठी "टेक्स्ट" टूल वापरला जातो.

अ] <u>खरे</u>

ब] असत्य

प्र.३६. "............." तुमच्या संगणकाचे दुर्भावनापूर्ण सॉफ्टवेअरपासून संरक्षण करण्यात मदत करते.

अ] <u>"विंडोजफायरवॉल"</u>

ब] "विंडोज डिफेंडर"

C] "स्पाय वेअर"

D] यापैकी.

प्र.३७. .... हा मूलभूत मजकूर संपादन कार्यक्रम आहे आणि तो सामान्यतः मजकूर फाइल्स पाहण्यासाठी किंवा संपादित करण्यासाठी वापरला जातो.

एक गणकयंत्र"

ब] <u>"नोटपॅड"</u>

C] "पत्ता पुस्तिका"

डी] "पेंट"

प्र.३८. विंडोज ऑपरेटिंग सिस्टम स्क्रीन सेव्हरमध्ये

A] अनेक प्रकारच्या दुर्भावनापूर्ण सॉफ्टवेअरपासून तुमच्या संगणकाचे रक्षण करण्यात मदत करते.

ब] एक लांब, उभ्या पट्टी आहे जी तुमच्या डेस्कटॉपच्या बाजूला प्रदर्शित केली जाते.

C] <u>हाएकप्रोग्रामआहेजोविशिष्टकालावधीसाठीइनपुटप्राप्तझाल्यानंतरप्रतिमा, ॲनिमेशनकिंवासंगणकावरीलफक्तरिक्तस्क्रीनवरप्रदर्शितहोतो.</u>

ड] यापैकी नाही.

प्र.३९. Windows Vista मधील वैशिष्ट्ये तुमचा PC अक्षरशः कधीही आणि कुठेही वापरणे सोपे, सुरक्षित आणि अधिक मनोरंजक बनवतात.

अ] खरे

ब] असत्य

प्र.४०. Windows Vista मधील .... वरील प्रोग्राम्स तिथेच राहतात आणि ते सुरू करण्यासाठी क्लिक करण्यासाठी तुमच्यासाठी नेहमी उपलब्ध असतात.

अ] "सर्वाधिक वारंवार वापरल्या जाणार्‍या प्रोग्रामची सूची.

ब] "पिनकेलेल्यावस्तूंचीयादी"

C] "कागदपत्रे"

D] "नियंत्रण पॅनेल"

प्र.४१. Windows Vista मध्ये .... ही पॉवर सेव्हिंग स्टेट आहे.

अ] लॉग ऑफ करा

ब] झोप

C] रीस्टार्ट करा

ड] कुलूप

प्र.४२. AERO हे .... चे संक्षिप्त रूप आहे.

अ] अस्सल, उत्साही, चिंतनशीलआणिखुले.

ब] आवश्यक, चिंतनशील आणि खुले.

क] अंकगणित, आवश्यक, परावर्तित आणि वस्तु.

ड] अस्सल, आवश्यक, चिंतनशील आणि खुले.

Q.43. स्क्रीनच्या तळाशी, आपण एक लांब, पातळ बार पाहू शकता ज्याला .... म्हणतात.

अ] "टास्कबार"

ब] "शीर्षक पट्टी"

C] "मेनू बार"

D] "स्पेसबार"

Q.44. Windows Vista मध्ये एक "क्लिपबोर्ड" आहे ....

अ] एक अनुप्रयोग कार्यक्रम

ब] तुम्हीकॉपीकेलेल्याकिंवाएकाठिकाणाहूनहलवलेल्याआणि इतरत्रवापरण्याचीयोजनाअसलेल्यामाहितीसाठीतात्पुरतेस्टोरेजक्षेत्र.

सी] एक ऑपरेटिंग सिस्टम.

ड] यापैकी नाही.

प्र.४५. .... हा मूलभूत मजकूर संपादन कार्यक्रम आहे आणि तो सामान्यतः मजकूर फाइल्स पाहण्यासाठी किंवा संपादित करण्यासाठी वापरला जातो.

एक गणकयंत्र"

ब] "नोटपॅड"

C] "पत्ता पुस्तिका"

डी] "पेंट"

प्र.४६. ...., हा एक ड्रॉइंग प्रोग्राम आहे ज्याचा वापर ग्राफिक प्रतिमा सुधारित करण्यासाठी केला जाऊ शकतो.

अ] "ब्रश"

ब] "पेंट"

C] "नोटपॅड"

D] "वर्डपॅड"

प्र.४७. .... मेनूचा वापर दस्तऐवजात सादर केलेल्या सामग्रीचे स्वरूप वाढविण्यासाठी केला जातो.

अ] "घाला"

ब] "संपादित करा"

C] "स्वरूप"

D] "फाइल"

प्र.४८. A .... हा स्क्रीनवरील एक आयताकृती विभाग आहे जो माहिती आणि इतर कार्यक्रम प्रदर्शित करण्यासाठी वापरला जातो.

अ] चिन्ह

ब] डेस्कटॉप

क] खिडकी

ड] पटल

प्र.49. एकाच वेळी अनेक प्रोग्राम्स चालवण्याच्या ऑपरेटिंग सिस्टमच्या क्षमतेला "मल्टीटास्किंग" म्हणतात.

अ] खरे

ब] असत्य

प्र.५०. विंडो व्हिस्टा मध्ये, तुम्ही तुमच्या स्क्रीनच्या वेगवेगळ्या भागात एकाच वेळी अनेक प्रोग्राम चालू असलेले पाहू शकता

अ]खरे

ब] असत्य

प्र.५१. फाईलच्या नावात दोन भाग असतात

अ] फोल्डरचे नाव

ब] विस्तार वापरा

C] फाईलचेनाव

D] सब फोल्डरचे नाव वापरा

प्र.५२. वापरून आपण मजकूराद्वारे नेव्हिगेट करू शकतो

अ] सीपीयू

ब] <u>उंदीर</u>

क] की बोर्ड

ड] मॉनिटर

प्र.१. MS Word 2007 मध्ये जेव्हा मजकूर निवडला जातो, तेव्हा "............" आपोआप प्रदर्शित होतो.

अ] टास्कबार

ब] मुख्य टूलबार

C] <u>मिनीटूलबार</u>

ड] मेनू बार

Q.2. तुम्ही हे वापरून TOC बनवू शकता:

अ] शीर्षक शैली.

ब] सानुकूल शैली.

क] बाह्यरेखा स्तर.

ड] <u>हेसर्व.</u>

Q.3. .... फाईल उघडणे, जतन करणे, प्रिंट करणे आणि बंद करणे यासाठी कमांड असते.

अ] "घर"

ब] <u>"ऑफिसबटण"</u>

क] "पहा"

D] "घाला"

Q.4. .... दस्तऐवज डिझाइन करण्यासाठी विविध पर्याय ऑफर करतो.

अ] मायक्रोसॉफ्ट एक्सेल

ब] मायक्रोसॉफ्ट पॉवरपॉइंट

C] <u>मायक्रोसॉफ्टवर्ड</u>

डी] मायक्रोसॉफ्ट ऍक्सेस

Q.5. खालील सर्व रिबन टॅब वगळता Word 2007 मध्ये प्रदर्शित केले आहेत

अ] घर

ब] घाला

क] <u>साधने</u>

ड] पृष्ठ मांडणी

प्र.६. जेव्हा तुम्ही इन्सर्शन पॉइंट हलवण्यासाठी माउस वापरता, तेव्हा माउस पॉइंटरचा आकार आय-बीमसारखा असतो.

अ] <u>खरे</u>

ब] असत्य

प्र.७. इंडेक्स तुम्हाला एका दृष्टीक्षेपात, दस्तऐवजात समाविष्ट केलेले विषय दाखवते आणि माहिती शोधणे सोपे करते.

अ] <u>खरे</u>

ब] असत्य

प्र.८. तुमच्या गरजेनुसार वर्डआर्टमध्ये बदल करण्यासाठी तुम्ही "वर्डआर्ट टूल्स" अंतर्गत "फॉर्मेट" टॅबवर क्लिक करू शकता.

अ] <u>खरे</u>

ब] असत्य

प्र.९. वर्डमध्ये फाईलला .... असे म्हणतात.

अ] "टेम्प्लेट"

ब] "फॉर्म"

C] "डेटाबेस"

D] <u>"दस्तऐवज"</u>

प्र.१०. मेल मार्ज वैशिष्ट्य, डेटाची सूची, विशेषत: नावे आणि पत्त्यांची फाइल एकत्र करते.

अ]<u>खरे</u>

ब] असत्य

प्र.११. मायक्रोसॉफ्ट वर्ड हा एकमेव वर्ड प्रोसेसर बाजारात उपलब्ध आहे.

अ] खरे

ब] <u>असत्य</u>

प्र.१२. हायपरलिंक दस्तऐवजातील स्थान किंवा मजकूराचा विभाग ओळखते ज्याला तुम्ही वैशिष्ट्य संदर्भासाठी नाव देता.

अ] खरे

ब] <u>असत्य</u>

प्र.१३. A .... हा दस्तऐवजाच्या एका भागातून त्याच दुसऱ्या भागात संबंधित माहितीचा संदर्भ आहे.

अ] हायपरलिंक

ब] <u>क्रॉस-रेफरन्स</u>

क] कागदपत्र

ड] दुवा

प्र.१४. इंडेंटेशनसाठी तुम्ही तुमचा मजकूर इंडेंट करण्यासाठी "............" टॅबवरील "परिच्छेद" गटातील "इंडेंट कमी करा" आणि "इंडेंट वाढवा" चिन्ह वापरू शकता.

अ] घाला

ब] घर

क] पृष्ठ मांडणी

ड] डेटा

प्र.१५. MS Word 2007 मध्ये "संदर्भ" टॅबमध्ये स्पेल चेक, स्क्वेअर आणि ट्रॅक बदल असतात.

अ] खरे

अ] असत्य

प्र.१६. "............" हा समानार्थी शब्दांचा शब्दकोश आहे ज्याचा वापर तुम्ही एखाद्या संज्ञेचे समानार्थी शब्द शोधण्यासाठी करू शकता.

अ] भाषांतर करा

ब] शुद्धलेखन

क] कोश

ड] संशोधन

प्र.१७. A "............ " ही विषयांची सूची आहे जी त्यांच्या संबंधित पृष्ठ संदर्भांसह दस्तऐवजात दिसते.

अ] अनुक्रमणिका

ब] तक्ता

क] क्लिपबोर्ड

ड] विषयपत्रिका

प्र.१८. MS Word 2007 मध्ये उपलब्ध असलेल्या शैली लागू करून तुम्ही तुमचा दस्तऐवज स्वयंचलितपणे फॉरमॅट करू शकता.

अ] खरे

ब] असत्य

प्र.१९. A "............" हे वर्तमान दस्तऐवजातील स्थानाशी दुसर्‍या दस्तऐवज किंवा वेब साइटशी जोडलेले कनेक्शन आहे.

साखळी

ब] हायपरलिंक

क] हायपोलिंक

ड] दुवा

प्र.२०. मुद्रण पूर्वावलोकन मोडमध्ये दस्तऐवज पाहण्यासाठी, ऑफिस बटणावर क्लिक करा आणि "प्रिंट प्रिंट पूर्वावलोकन" निवडा.

अ] <u>खरे</u>

ब] असत्य

प्र.२१. तुमच्या दस्तऐवजातील व्याकरणाच्या आणि शब्दलेखनाच्या चुका आपोआप दुरुस्त करण्यासाठी तुम्ही "स्वयं पूर्ण वैशिष्ट्य" वापरू शकता.

अ] खरे

ब] <u>असत्य</u>

प्र.२२. वर्ड प्रोसेसिंग ऍप्लिकेशन वापरून तुम्ही दस्तऐवज तयार करू शकता, बदलू शकता, संग्रहित करू शकता, पुनर्प्राप्त करू शकता आणि प्रिंट करू शकता.

अ] <u>खरे</u>

ब] असत्य

प्र.२३. "मिनी टूलबार" सर्वात वारंवार वापरल्या जाणार्‍या फॉरमॅटिंग कमांड्समध्ये प्रवेश करण्याचा सोपा मार्ग प्रदान करतो.

अ] <u>खरे</u>

ब] असत्य

प्र.२४. तुमच्या डॉक्युमनेटमधील फक्त निवडलेली पृष्ठे मुद्रित करण्यासाठी, तुम्ही "प्रिंट रेंज" अंतर्गत "वर्तमान पृष्ठ" किंवा "पृष्ठ" पर्याय वापरू शकता.

अ] <u>खरे</u>

ब] असत्य

प्र.२५. MS Word 2007 जेव्हा आपण Office बटणावर क्लिक करतो तेव्हा "Edit" मेनू प्रदर्शित होतो.

अ] खरे

ब] <u>असत्य</u>

प्र.२६. ए "................." हा पूर्व-डिझाइन केलेला दस्तऐवज आहे जो फॅक्स, इनव्हॉइस किंवा बिझनेस लेटर यांसारखे सामान्य हेतूचे दस्तऐवज तयार करण्यासाठी उपयुक्त आहे.

अ] <u>साचा</u>

ब] फाइल

क] फॉर्म

ड] डेटाबेस

प्र.२७. बहुस्तरीय सूची एकल स्तराऐवजी विविध स्तरांवर सूची आयटम दर्शवते.

अ] <u>खरे</u>

ब] असत्य

प्र.२८. A "............" क्षैतिज पंक्ती आणि उभ्या स्तंभांच्या वाचण्यास-सोप्या स्वरूपात माहिती व्यवस्थापित करण्यासाठी वापरला जातो.

अ] सेल

ब] पत्रक

क] पेटी

ड] <u>तक्ता</u>

प्र.29. डावीकडील वैयक्तिक वर्ण काढण्यासाठी तुम्ही "............." दाबू शकता.

अ] हटवा

ब] <u>बॅकस्पेस</u>

क] प्रविष्ट करा

ड] स्पेसबार

प्र.30. जेव्हा तुम्ही "होम" टॅबवरील "फॉर्मेट प्रिंटर" आयकॉनवर क्लिक करता, तेव्हा तुम्ही पाहू शकता की तुमचा माउस पॉइंटर "............." आयकॉनमध्ये बदलतो.

अ] <u>पेंटब्रश</u>

ब] आय-बीम

क] बाण

ड] 4-वे बाण

प्र.31. "नवीन दस्तऐवज" विंडोमध्ये टेम्पलेट नाव तपासून तुम्ही Word द्वारे प्रदान केलेले मानक टेम्पलेट वापरून नवीन दस्तऐवज तयार करू शकता.

अ] <u>खरे</u>

ब] असत्य

प्र.32. एमएस वर्डचे मेल मर्ज वैशिष्ट्य तुम्हाला तुमचा दस्तऐवज मोठ्या संख्येने लोकांना विशेष ऑफरबद्दल मेल करण्याची सुविधा देते.

अ] <u>खरे</u>

ब] असत्य

प्र.33. जेव्हा तुम्ही तुमचा माउस एका बटणावर हलवता तेव्हा एक .... प्रदर्शित होते. ते बटण काय करते याचे तपशीलवार वर्णन प्रदान करते.

अ] <u>सुपर-टूलटिप</u>

ब] उप-साधन

क] माहिती

ड] की-टिप

प्र.34. MS Word 2007 मजकूर, डेटा किंवा संख्यांची चढत्या किंवा उतरत्या क्रमाने क्रमवारी लावू शकते.

अ] <u>खरे</u>

ब] असत्य

प्र.35. .... ऍप्लिकेशन्स तुम्हाला विविध प्रकारचे लिखित दस्तऐवज तयार करण्यात मदत करतात जसे की वैयक्तिक पत्रे, पत्रे, माहितीपत्रके, फॅक्स आणि अगदी

व्यावसायिक हस्तपुस्तिका.

अ] <u>वर्डप्रोसेसर</u>

ब] शब्द पॅड

क] नोट पॅड

ड] यापैकी नाही

प्र.३६. "मेलिंग" टॅबमध्ये मेल विलीनीकरणासाठी आवश्यक असलेले आयटम आहेत.

अ] <u>खरे</u>

ब] असत्य

प्र.३७. शब्द प्रत्येक पृष्ठाच्या शेवटी तळटीप ठेवतो आणि दस्तऐवजांच्या शेवटी शेवटच्या नोट्स ठेवतो.

अ] <u>खरे</u>

ब] असत्य

प्र.३८. मजकूर टिकवून ठेवताना हायपरलिंक काढण्यासाठी, उजवे - त्यावर क्लिक करा आणि "हायपरलिंक काढा" निवडा.

अ] <u>खरे</u>

ब] असत्य

प्र.३९. एमएस वर्ड लाल लहराती अधोरेखित फॉर्मेटिंग विसंगती दर्शवतो.

अ] खरे

ब] <u>असत्य</u>

प्र.४०. दस्तऐवज स्वयंचलितपणे दुरुस्त करण्यासाठी, आम्ही वापरतो

अ] <u>स्वयंयोग्यवैशिष्ट्य</u>

ब] स्वयं पूर्ण वैशिष्ट्य

क] स्वरूपन

D] बिल्डिंग ब्लॉक्स

प्र.४१. न्यूज पेपर कॉलम्ससाठी "............." हा एक सामान्य अनुप्रयोग आहे.

अ] बातम्या वाचणे

ब] <u>बातमीपत्र</u>

क] बातमी

ड] वृत्त संपादक

प्र.४२. वैयक्तिक अक्षरे, फॉर्म लेटर्स, ब्रोशर, फॅक्स आणि व्यावसायिक मॅन्युअल वर्ड प्रोसेसर वापरून असू शकतात.

अ] <u>खरे</u>

ब] असत्य

Q.43. सेट समास, "पृष्ठ लेआउट" टॅबवरील "पृष्ठ सेटअप" गटातून "मार्जिन" निवडा.

अ] खरे

ब] असत्य

Q.44. ड्रॉप कॅप्स हे परिच्छेदाच्या सुरूवातीला पहिले वर्ण आहेत जे अनेक ओळींचे संभाषण करून मोठे केले जातात.

अ] खरे

ब] असत्य

प्र.४५. बहुस्तरीय सूची एकल स्तराऐवजी विविध स्तरांवर सूची आयटम दर्शवते.

अ] खरे

ब] असत्य

प्र.४६. "पृष्ठ लेआउट" टॅबमध्ये समास, अभिमुखता आणि अंतर गुणधर्म असतात.

अ] खरे

ब] असत्य

प्र.४७. दस्तऐवजात विशिष्ट स्थान चिन्हांकित करण्यासाठी "............" वापरला जातो.

अ] अनुक्रमणिका

ब] हायपरलिंक

क] बुकमार्क

ड] तक्ता

प्र.४८. शोध मजकूराच्या सर्व घटना निर्दिष्ट नवीन मजकुराने बदलण्यासाठी तुम्ही "सर्व बदला" बटणावर क्लिक करू शकता.

अ] खरे

ब] असत्य

प्र.४९. MS Word 2007 मधील डॉक्युमेंटवर काम करत असताना जेव्हा आपण चित्रावर क्लिक करतो, तेव्हा त्याच्याभोवती "साइजिंग हँडल" नावाचे आठ बॉक्स असतात ज्याचा वापर ग्राफिकचा आकार बदलण्यासाठी केला जातो.

अ] खरे

ब] असत्य

प्र.५०. पदानुक्रमातील आयटमची पातळी बदलत असताना तुम्ही वापरून इंडेंट वाढवू शकता

अ] "टॅब"

ब] "बॅकस्पेस"

C] "हटवा"

D] "स्पेसबार"

प्र.५१. तळटीप किंवा एंडनोट्सचा वापर विशिष्ट "................" प्रदान करण्यासाठी केला जातो.

अ] <u>संदर्भ</u>

ब] माहिती

क] गुण

ड] याद्या

प्र.५२. जेव्हा वर्तमान डेटा बदलतो तेव्हा दस्तऐवजात डेटा आपोआप अपडेट व्हावा असे तुम्हाला वाटत असल्यास, "स्वयंचलितपणे अपडेट करा" बॉक्स चेक करा.

अ] <u>खरे</u>

ब] असत्य

प्र.१. फॉर्म्युला बारमध्ये, एक द्वारे विभक्त केलेले सेल पत्ते प्रारंभ आणि संपादित करून समीप श्रेणी निर्दिष्ट केली जाते

अ] अर्धविराम

ब] स्वल्पविराम

क] पूर्णविराम

ड] <u>कोलन</u>

Q.2. सेल पत्ता "टेक्स्ट बॉक्स" मध्ये प्रदर्शित केला जातो.

अ] खरे

ब] <u>असत्य</u>

Q.3. A .... हे डेटाचे दृश्य प्रतिनिधित्व आहे आणि माहिती समजण्यास सोप्या आणि आकर्षक पद्धतीने व्यक्त करते.

अ] <u>तक्ता</u>

ब] टेबल

क] चित्र

ड] ग्राफिक

Q.4. सूत्रांमध्ये, ... ने विभक्त केलेले सेल पत्ते देऊन एक नॉन-लग्न श्रेणी निर्दिष्ट केली जाते.

अ] अर्धविराम

ब] <u>स्वल्पविराम</u>

क] पूर्णविराम

ड] कोलन

Q.5. तुम्ही तुमच्या वर्कशीटमध्ये थेट संपादन करण्याऐवजी डेटा प्रविष्ट करण्यासाठी आणि संपादित करण्यासाठी .... वापरू शकता.

अ] <u>सूत्रपट्टी</u>

ब] शीर्षक पट्टी

C] मेनू बार

ड] स्पेस बार

प्र.६. तुमची एक्सेल 2007 फाईल "............" विस्तारासह संग्रहित केली जाते.

अ] ".docx"

ब] ".xlsx"

C] ".xltx"

D] ".zltx"

प्र.७. इलेक्ट्रॉनिक स्प्रेडशीट किंवा वर्कशीटमध्ये, डेटा संपादित केला जाऊ शकतो, नवीन डेटा जोडला जाऊ शकतो आणि अवांछित डेटा हटविला जाऊ शकतो.

अ] खरे

ब] असत्य

प्र.८. "पुनरावलोकन" टॅबमध्ये शब्दलेखन तपासणी सारखी प्रूफिंग साधने आहेत आणि त्यात बटण देखील आहे जे तुम्हाला वर्कशीटमध्ये टिप्पण्या जोडू देते आणि पुनरावृती व्यवस्थापित करू देते.

अ] खरे

ब] असत्य

प्र.९. "............" टॅबमध्ये शब्दलेखन तपासणी सारखी प्रूफिंग साधने आहेत.

अ] "पुनरावलोकन"

ब] "डेटा"

क] "पहा"

D] "घाला"

प्र.१०. तुम्ही आमचे स्वतःचे वर्क बुक टेम्प्लेट तयार आणि डिझाइन करू शकता.

अ] खरे

ब] असत्य

प्र.११. स्प्रेडशीट प्रोग्राममध्ये तुम्ही एका सेलमधून दुसऱ्या सेलमध्ये जाताना, सक्रिय सेलचा संदर्भ किंवा पत्ता "नाव बॉक्स" मध्ये दिसतो.

अ] खरे

ब] असत्य

प्र.१२. मायक्रोसॉफ्ट एक्सेल ऑप्लिकेशन सुरू करण्यासाठी, "स्टार्ट" बटणावर क्लिक करा आणि "सर्व प्रोग्राम्स मायक्रोसॉफ्ट ऑफिस ? मायक्रोसॉफ्ट ऑफिस एक्सेल 2007 निवडा.

अ] खरे

ब] असत्य

प्र.१३. "इन्सर्ट" टॅब तुम्हाला स्प्रेडशीट प्रोग्राममध्ये टेबल, ग्राफिक्स, चार्ट आणि हायपरलिंक्स यांसारखे विशेष घटक जोडू देतो.

अ] <u>खरे</u>

ब] असत्य

प्र.१४. पानाच्या खालच्या समासात दिसणाऱ्या मजकुराला "फूटर" असे म्हणतात.

अ] <u>खरे</u>

ब] असत्य

प्र.१५. एक्सेलमध्ये, सूत्र नेहमी समान चिन्हाने सुरू होते] =. आणि अनुक्रमे बेरीज, वजाबाकी, गुणाकार, भागाकार, टक्के आणि घातांक करण्यासाठी +, -, *, /, %, आणि ^ सारखे अंकगणित ऑपरेटर वापरतात.

अ] <u>खरे</u>

ब] असत्य

प्र.१६. काम करत असताना तुम्हाला एकापेक्षा जास्त शीटमधील डेटाचा संदर्भ दयावा लागेल ज्याला रेफरन्सिंग मल्टिपल शीट्स म्हणतात.

अ] <u>खरे</u>

ब] असत्य

प्र.१७. पूर्वनिर्धारित पृष्ठ अभिमुखता सेटिंग "लँडस्केप" आहे.

अ] खरे

ब] <u>असत्य</u>

प्र.१८. "............" ही एक पद्धत आहे जी तुम्हाला मूल्यांचा अंदाज लावण्यात मदत करते.

अ] "शोधा"

ब] "बदला"

C] <u>"ध्येयशोध"</u>

D] "वर जा"

प्र.१९. MS Excel 2007 मध्ये, "रिबन" च्या खाली, आपण डावीकडे नाव बॉक्स आणि उजवीकडे फॉर्म्युला बार पाहू शकतो.

अ] <u>खरे</u>

ब] असत्य

प्र.२०. A "..............." हे पूर्वलिखित सूत्र आहे जे आपोआप गणना करते.

अ] <u>"कार्य"</u>

ब] "समीकरण"

C] "टेम्पलेट"

D] "प्रतिक्रिया"

प्र.२१. एमएस एक्सेल 2007 वेगवेगळ्या प्रकारच्या .... साठी वापरला जातो.

अ] <u>आकडेमोड</u>

ब] फेरफार

क] सादरीकरणे

ड] अभिव्यक्ती

प्र.२२. तुमची एक्सेल फाईल ".xltx" या विस्तारासह संग्रहित केली जाते.

अ] खरे

ब] <u>असत्य</u>

प्र.२३. "ऑटोकरेक्ट" हे मायक्रोसॉफ्ट एक्सेल 2007 चे एक वैशिष्ट्य आहे जे तार्किकरित्या पुनरावृत्ती करून आणि विस्तारित करून शीर्षकाच्या मालिकेत प्रवेश करणे सोपे करते.

अ] खरे

ब] <u>असत्य</u>

प्र.२४. "सापेक्ष संदर्भ" हा एक सेल किंवा श्रेणी संदर्भ आहे जो सूत्रामध्ये वापरला जातो ज्याचे स्थान सूत्र कॉपी केल्यावर बदलत नाही.

अ] खरे

ब] <u>असत्य</u>

प्र.२५. पदानुक्रमातील आयटमची पातळी बदलताना तुम्ही वापरून इंडेंट वाढवू शकता.

अ] <u>"टॅब"</u>

ब] "बॅकस्पेस"

C] "हटवा"

D] "स्पेसबार"

प्र.२६. समास सेट करण्यासाठी, "पृष्ठ लेआउट" टॅबवरील "पृष्ठ सेटअप" गटातून "मार्जिन" निवडा.

अ] <u>खरे</u>

ब] असत्य

प्र.२७. डावीकडील वैयक्तिक वर्ण काढण्यासाठी तुम्ही "............." दाबू शकता.

अ] हटवा

ब] <u>बॅकस्पेस</u>

क] प्रविष्ट करा

ड] स्पेसबार

प्र.२८. ड्रॉप कॅप्स हे सुरुवातीचे पहिले वर्ण/से आहेत जे अनेक ओळींचे संभाषण करून मोठे केले जातात.

अ] <u>खरे</u>

ब] असत्य

प्र.२९. पंक्ती आणि स्तंभाच्या छेदनबिंदूला "................" म्हणतात.

अ] तक्ता

ब] <u>सेल</u>

क] डेटा

ड] पत्रक

प्र.३०. A .... ही एक फाईल आहे जी अनुप्रयोगाद्वारे "वापरण्यासाठी तयार" स्वरूपात प्रदान केली जाते.

अ] पत्रक

ब] <u>साचा</u>

क] पुस्तक

ड] अहवाल

प्र.३१. A .... हे डेटाचे दृश्य प्रस्तुतीकरण आहे आणि माहिती समजण्यास सोप्या आणि आकर्षक पद्धतीने व्यक्त करते.

अ] <u>तक्ता</u>

ब] तक्ता

क] चित्र

ड] ग्राफिक

प्र.३२. तुमच्या वर्कबुकमधील वर्कशीटमध्ये जाण्यासाठी, तुम्हाला "वर्कबुक" टॅबवर क्लिक करावे लागेल.

अ] खरे

ब] <u>असत्य</u>

प्र.३३. थीममध्ये कलर पॅलेट, फॉन्ट सेट आणि इफेक्ट्स असतात.

अ] <u>खरे</u>

ब] असत्य

प्र.३४. तुम्ही वर्कशीटचे दोन क्षेत्रे पाहू शकता आणि एका भागात पंक्ती किंवा स्तंभ लॉक करू शकता किंवा पेन्स विभाजित करू शकता.

अ] <u>खरे</u>

ब] असत्य

प्र.३५. "............" हे वैयक्तिक डिझाइन आहेत जे दस्तऐवजाच्या वेगवेगळ्या भागांवर लागू केले जाऊ शकतात.

अ] "ग्राफिक्स"

ब] <u>"शैली"</u>

C] "चित्रे"

D] "थीम"

प्र.३६. "............." मध्ये फाइल उघडणे, सेव्ह करणे, प्रिंट करणे आणि बंद करणे यासाठी कमांड्स असतात.

अ] "पहा" टॅब

ब] "ऑफिस बटण"

C] "इन्सर्ट" टॅब

D] "पुनरावलोकन" टॅब

प्र.३७. जेव्हा निरपेक्ष सेल संदर्भ असलेले सूत्र वर्कशीटमधील दुसर्‍या पंक्ती किंवा स्तंभावर कॉपी केले जाते, तेव्हा सेल संदर्भ बदलत नाही.

अ] खरे

ब] असत्य

प्र.३८. "शीर्षलेख" हे सहसा तुम्ही पृष्ठावर दिलेले शीर्षक असते.

अ] खरे

ब] असत्य

प्र.३९. पानाच्या वरच्या मार्जिनमध्ये दिसणार्‍या मजकुराला .... म्हणतात.

अ] तळटीप

ब] स्तंभ

क] शीर्षलेख

ड] परिच्छेद

प्र.४०. स्प्रेडशीट प्रोग्राममध्ये टेबल म्हणजे दोन किंवा अधिक सेलची निवड.

अ] खरे

ब] असत्य

प्र.४१. "शीर्षक" सहसा तळटीप म्हणून दिले जाते.

अ] खरे

ब] असत्य

प्र.४२. स्वयंचलित सापेक्ष सेल संदर्भ थांबवण्यासाठी, म्हणजे सेल संदर्भ निरपेक्ष करण्यासाठी, स्तंभ आणि पंक्ती क्रमांकाच्या आधी .... वर्ण टाइप करा.

अ] # हॅश.

ब] $ डॉलर.

क] % टक्के.

ड] * तारा.

Q.43. थीममध्ये कलर पॉलेट, फॉन्ट सेट आणि इफेक्ट्स असतात.

अ] खरे

ब] असत्य

Q.44. सेलचा गट किंवा श्रेणी निवडण्यासाठी, तुम्ही सुरू करू इच्छित असलेल्या सेलवर क्लिक करा, तुमचा कर्सर ड्रॅग करा आणि तुम्ही निवडीच्या शेवटी पोहोचल्यावर तो सोडा.

अ] खरे

ब] असत्य

प्र.४५. आम्हाला एका पृष्ठावर अधिक डेटा जोडण्याची आवश्यकता असल्यास, आम्ही पृष्ठ अभिमुखता लँडस्केपमध्ये बदलतो.

अ] खरे

ब] असत्य

प्र.४६. प्रत्येक वर्कशीटचा वापर विविध प्रकारच्या संबंधित माहिती आयोजित करण्यासाठी केला जाऊ शकतो.

अ] खरे

ब] असत्य

प्र.४७. "टेबल" हे डेटाचे दृश्य प्रतिनिधित्व आहे आणि माहिती समजण्यास सोप्या आणि आकर्षक पद्धतीने व्यक्त करते.

अ] खरे

ब] असत्य

प्र.४८. MS Excel 2007 सह प्रदान केलेल्या "थीम्स" या सार्वत्रिक डिझाईन्स आहेत ज्या सर्व शैलींना एकत्रित करतात.

अ] खरे

ब] असत्य

प्र.49. मायक्रोसॉफ्ट एक्सेल 2007 मध्ये, एकल फाइल किंवा दस्तऐवज "............" असे म्हणतात.

अ] कार्यपुस्तिका

ब] कार्यपत्रक

क] पत्रक

ड] नोटबुक

प्र.५०. "नोटबुक" मध्ये एक किंवा अधिक वर्कशीट्सचा संग्रह असतो आणि पर्यायाने, तुमच्या वर्कशीट डेटाची ग्राफिक चित्रे असलेली चार्ट शीट्स असतात.

अ] खरे

ब] असत्य

प्र.५१. .... पर्यायाने, तुम्ही एकतर किंवा दोन्ही गोठवू शकता, म्हणजे पंक्ती आणि स्तंभ. तुम्ही वर्कशीटमध्ये कुठेही असलात तरीही तुम्ही या पंक्ती आणि/किंवा स्तंभांमधील माहिती नेहमी पाहू शकता.

अ] फूट

ब] व्यवस्था करा

क] फिटर

ड] <u>फ्रीझपॅन्स</u>

प्र.५२. इलेक्ट्रॉनिक शीट किंवा वर्कशीटमध्ये अधिक प्रभावीपणे डेटाचे प्रतिनिधित्व करण्यासाठी तुम्ही चार्ट तयार करू शकता.

अ] <u>खरे</u>

ब] असत्य

प्र.५३. स्प्रेडशीटमध्ये प्रत्येक सेलचा स्वतःचा पत्ता असतो ज्याला "सेल पत्ता" म्हणतात.

अ] <u>खरे</u>

ब] असत्य

प्र.५४. MS Excel 2007 मधील टेम्प्लेट फाईलमध्ये "................." विस्तार आहे.

अ] .docx

ब] .yltx

क] <u>.xltx</u>

D] .zltx

प्र.५५. अ "..........." पंक्ती आणि स्तंभांचा समावेश असलेल्या अकाउंटंटच्या लेजरप्रमाणे आहे.

अ] तक्ता

ब] <u>मायक्रोसॉफ्टएक्सेल 2007</u>

क] स्वरूप

ड] पत्रक

प्र.५६. "टेबल" हे डेटाचे दृश्य प्रतिनिधित्व आहे आणि माहिती समजण्यास सोप्या आणि आकर्षक पद्धतीने व्यक्त करते.

अ] खरे

ब] <u>असत्य</u>

प्र.१. "इन्सर्ट" टॅबमध्ये ऑब्जेक्ट्सचा मूलभूत संच असतो जो तुम्ही स्लाइडमध्ये घालू शकता.

अ] <u>खरे</u>

ब] असत्य

Q.2. शोध मजकूराच्या सर्व घटना निर्दिष्ट नवीन मजकुराद्वारे पुनर्स्थित करण्यासाठी "सर्व पुनर्स्थित करा" वर क्लिक करा.

अ] <u>खरे</u>

ब] असत्य

Q.3. "..............." ग्राफिक हे तुमच्या माहितीचे आणि कल्पनांचे दृश्य प्रतिनिधित्व आहे.

अ] "शब्दकला"

ब] "क्लिपआर्ट"

C] "स्मार्टआर्ट"

डी] "ऑटोशेप"

Q.4. मायक्रोसॉफ्ट पॉवरपॉइंट ऑप्लिकेशन सुरू करण्यासाठी, "स्टार्ट" बटणावर क्लिक करा आणि "सर्व प्रोग्राम्स ? मायक्रोसॉफ्ट ऑफिस ? मायक्रोसॉफ्ट ऑफिस पॉवरपॉइंट 2007" निवडा.

अ] खरे

ब] असत्य

Q.5. "..............." वापरण्यास तयार असलेल्या चित्राचा संदर्भ घ्या.

अ] "शब्दकला"

ब] "क्लिपआर्ट"

C] "स्मार्टआर्ट"

डी] "ऑटोशेप"

प्र.६. नुकतेच वापरलेले प्रेझेंटेशन उघडण्यासाठी तुम्ही ऑफिस बटण क्लिक करू शकता आणि नंतर "अलीकडील दस्तऐवज" अंतर्गत प्रदर्शित केलेल्या सूचीमधील सादरीकरणाच्या नावावर क्लिक करू शकता.

अ] खरे

ब] असत्य

प्र.७. SmartArt प्रोग्राम्स तुम्हाला प्रभावी सादरीकरण तयार करण्यात मदत करण्यासाठी डिझाइन केलेले आहेत.

अ] खरे

ब] असत्य

प्र.८. "............" टॅबमध्ये स्लाइड शो कसा सादर करायचा हे नियंत्रित करणारी साधने आहेत.

अ] "डिझाइन"

ब] "स्लाइडशो"

C] "पुनरावलोकन"

D] "पहा"

प्र.९. स्लाइड सॉर्टर दृश्यात प्रदर्शित स्लाइड्सची सूक्ष्म चित्रे.

अ] खरे

ब] असत्य

प्र.१०. .... जे सेव्ह, अनडू आणि रिडू सारख्या सामान्यतः वापरल्या जाणाऱ्या कमांडचे प्रतिनिधित्व करणारे आयकॉन प्रदर्शित करते.

अ] होम बटण

ब] रिबन

C] क्विकऍक्सेसटूलबार

ड] ऑफिस बटण

प्र.११. A "............" हे सध्याच्या डॉक्युमनेटमधील एखाद्या स्थानाशी, दुसरे दस्तऐवज किंवा वेबसाइटचे कनेक्शन आहे.

अ] हायलिंक

ब] हिपोलिंक

क] दुवा

डी] हायपरलिंक

प्र.१२. .... संगणकावर स्लाइड शो तयार करण्यासाठी वापरले जातात

अ] सादरीकरणग्राफिक्स

ब] विश्लेषणात्मक विकास कार्यक्रम

C] सुपर स्लाइड पॅकेजेस

ड] स्लाइड मेकर टूल्स

प्र.१३. वेब पृष्ठ म्हणून आपल्या सादरीकरणाचे पूर्वावलोकन करण्यासाठी, आपल्याला रिबनमध्ये "वेब पृष्ठ पूर्वावलोकन" कमांड जोडण्याची आवश्यकता आहे.

अ] खरे

ब] असत्य

प्र.१४. "स्लाइड शो व्ह्यू" सह तुम्ही तुमच्या ग्राफिक्सच्या वेळा, चित्रपट, ऍनिमेटेड घटक आणि संक्रमण प्रभाव ऍक्टुलाशोमध्ये कसे दिसतील हे पाहू शकता.

अ] खरे

ब] असत्य

प्र.१५. ग्राफिक प्रेझेंटेशनमध्ये, प्रत्येक प्रेझेंटेशनचे कार्यक्रम .... मध्ये विभागलेले आहेत.

अ] तक्ते

ब] स्लाइइस

क] तक्ते

ड] चित्रे

प्र.१६. PowerPoint "केस जुळवा" मध्ये: केस संवेदनशील शोधासाठी तुम्ही हा बॉक्स चेक करू शकता.

अ] खरे

ब] असत्य

प्र.१७. "पेपर फिट करण्यासाठी स्केल": बाह्य फ्रेमसह स्लाइइस मुद्रित करण्यासाठी हा बॉक्स चेक करा.

अ] खरे

ब] <u>असत्य</u>

प्र.१८. पॉवरपॉइंटमध्ये "बिल्ड इफेक्ट्स" हे सामग्री स्लाइड करण्यासाठी ॲनिमेशन आहेत.

अ] <u>खरे</u>

ब] असत्य

प्र.१९. A "................" हे पूर्व-डिझाइन केलेले सादरीकरण आहे जे फोटो अल्बम किंवा क्विझ शो यासारख्या सामान्य हेतूसाठी डिझाइन केलेले आहे.

अ] "तक्ता"

ब] "टेबल"

C] "स्लाइड"

D] <u>"टेम्पलेट"</u>

प्र.२०. तुम्ही PowerPoint द्वारे प्रदान केलेले टेम्पलेट वापरून नवीन सादरीकरण तयार करू शकता.

अ] <u>खरे</u>

ब] असत्य

प्र.२१. पॉवरपॉइंट स्लाइडवर आपण व्हिडिओ क्लिप टाकू शकतो.

अ] <u>खरे</u>

ब] असत्य

प्र.२२. जेव्हा तुम्ही तुमचा माउस एका आकाराच्या हँडलवर हलवता तेव्हा पॉइंटर "............." बनतो.

अ] गोल बाण

ब] <u>दोनडोक्याचाबाण</u>

क] अधिक चिन्ह

ड] चार डोक्याचा बाण

प्र.२३. पॉवरपॉइंट प्रेझेंटेशन हा खालील ॲप्लिकेशन सॉफ्टवेअरचा एक घटक आहे.

अ] लीप ऑफिस

ब] कार्यालय सुरू करा

क] ओपन ऑफिस

ड] <u>एमएसऑफिस</u>

प्र.२४. "स्लाइड शो व्ह्यू" हे थंबनेल स्वरूपात तुमच्या स्लाइइसचे अनन्य दृश्य आहे.

अ] खरे

ब] *असत्य*

प्र.२५. हेडर आणि फूटर्सचा वापर स्लाइड क्रमांक, वेळ आणि तारीख, कंपनीचा लोगो किंवा सादरीकरणाचे शीर्षक तुमच्या सादरीकरणातील हँड आउट किंवा नोट्स पृष्ठाच्या शीर्षस्थानी किंवा स्लाइड, हँडआउट किंवा नोट्स पृष्ठाच्या तळाशी जोडण्यासाठी केला जातो. .

अ] *खरे*

ब] असत्य

प्र.२६. स्क्रीनवरील विंडोमध्ये तुमच्या स्लाइडचे पूर्वावलोकन पाहण्यासाठी, क्विक ऍक्सेस टूलबारवर क्लिक करा आणि "प्रिंट ? प्रिंट पूर्वावलोकन" निवडा.

अ] खरे

ब] *असत्य*

प्र.२७. ग्राफिक्स प्रेझेंटेशन प्रोग्राममध्ये प्रत्येक सादरीकरण चार्टमध्ये विभागले गेले आहे.

अ] खरे

ब] *असत्य*

प्र.२८. वर्डआर्ट ग्राफिक्स वापरून, तुम्ही तुमचा संदेश जलद आणि सोप्या पद्धतीने प्रभावीपणे संवाद साधू शकता.

अ] खरे

ब] *असत्य*

प्र.29. स्क्रीनच्या तळाशी असलेल्या "..........." वर प्रदर्शित केलेल्या बटणावर चेक करून तुम्ही सादरीकरण दृश्ये बदलू शकता.

अ] "शीर्षक पट्टी"

ब] "मेनू बार"

C] "टूल बार"

डी] *"स्टेटसबार"*

प्र.३०. "ऍनिमेशन" म्हणजे तुमच्या स्लाइड्सवर विशेष व्हिज्युअल किंवा ध्वनी प्रभाव जोडणे.

अ] *खरे*

ब] असत्य

प्र.३१. PowerPoint सादरीकरण ग्राफिक्स वापरणे सोपे आहे आणि ते प्रभावी सादरीकरणासाठी वापरले जाते

अ] एखाद्या विषयावर.

ब] *खरे*

क] असत्य

प्र.३२. "पुनरावलोकन" हे सादरीकरण पाहण्याचा एक मार्ग आहे.

अ] खरे

ब] असत्य

प्र.३३. प्रेझेंटेशन ग्राफिक्समध्ये "..........." हे स्लाइड क्रमांक, वेळ आणि तारीख, कंपनीचा लोगो किंवा हँडआउट किंवा तुमच्या प्रेझेंटेशनमधील नोट्स पेजच्या शीर्षस्थानी प्रेझेंटेशन शीर्षक यासारखी माहिती जोडण्यासाठी वापरली जाते. , किंवा स्लाइड, हँडआउट किंवा नोट्सचा तळाशी.

अ] हायपरलिंक्स

ब] तक्ते

C] शीर्षलेखआणितळटीप

ड] तक्ते

प्र.३४. स्लाइड्सवरील आकारमान हँडल फक्त उंची किंवा रुंदी समायोजित करण्यासाठी वापरले जातात.

अ] खरे

ब] असत्य

प्र.३५. "..............." प्रत्यक्ष स्लाइड शो सादरीकरणाप्रमाणे संपूर्ण संगणक स्क्रीन घेते.

A] स्लाइड सॉर्टर दृश्य

ब] सामान्य दृश्य

C] स्लाइडशोदृश्य

ड] नोट्स पृष्ठ

प्र.३६. "आउटलाइन" टॅब तुमचा स्लाइड मजकूर बाह्यरेखा स्वरूपात दाखवतो.

अ] खरे

ब] असत्य

प्र.३७. स्लाइड लेआउट म्हणजे स्लाइडवरील मजकूर, चित्रे, सारण्या, तक्ते आणि चित्रपट यासारख्या घटकांच्या मांडणीचा संदर्भ देते.

अ] खरे

ब] असत्य

प्र.३८. तुमच्या प्रेझेंटेशनमध्ये तुमच्याकडे मोठ्या संख्येने स्लाइड्स असल्यास, तुमच्या सर्व स्लाइड्स पाहण्यासाठी आणि त्यांचे स्थान बदलण्यासाठी .... वापरणे तुम्हाला अधिक सोयीचे वाटेल.

अ] सामान्य दृश्य

ब] स्लाइडसॉर्टरव्ह्यू

C] स्लाइड शो दृश्य

ड] नोट्स पृष्ठ

प्र.३९. स्लाइड हटवण्यासाठी तुम्ही नॉर्मल व्ह्यू किंवा स्लाइड सॉर्टर व्ह्यू वापरू शकता.

अ] <u>खरे</u>

ब] असत्य

प्र.४०. मायक्रोसॉफ्ट पॉवरपॉईंटमध्ये तुमची फाईल .... विस्तारासह संग्रहित केली जाते.

अ] psd

ब] .rtf

C] <u>.pptx</u>

ड] .docx

प्र.४१. जेव्हा पॉइंटर .... होतो, तेव्हा तुम्ही प्लेसहोल्डरला तुमच्या इच्छेनुसार ड्रॅग करू शकता.

अ] गोल बाण

ब] दोन गोल बाण

क] अधिक चिन्ह

ड] <u>चारडोक्याचाबाण</u>

प्र.४२. कला, ध्वनी, ॲनिमेशन किंवा चित्रपटांसह "क्लिप" ही एकच मीडिया फाइल असू शकते.

अ] <u>खरे</u>

ब] असत्य

Q.43. "............" हे फाइल ओळखण्यात मदत करणारे तपशील आहेत.

अ] डेस्कटॉप गुणधर्म

ब] विंडो गुणधर्म

क] प्रगत गुणधर्म

ड] <u>दस्तऐवजगुणधर्म</u>

Q.44. निवड आयताच्या स्लाइड्स आणि कोपऱ्यांवरील "साइजिंग हँडल्स" प्लेस होल्डरचा आकार समायोजित करण्यासाठी वापरला जाऊ शकतो.

अ] <u>खरे</u>

ब] असत्य

प्र.४५. तुम्ही पूर्वी जतन केलेली फाइल उघडण्यासाठी, रिबनवर क्लिक करा आणि "उघडा" निवडा.

अ] खरे

ब] <u>असत्य</u>

प्र.४६. "............" हे मुख्य संपादन दृश्य आहे.

A] स्लाइड सॉर्टर दृश्य

ब] <u>सामान्यदृश्य</u>

C] स्लाइड शो दृश्य

ड] नोट्स पृष्ठ

प्र.४७. पॉवरपॉइंट स्लाइडवर आपण ऑडिओ क्लिप टाकू शकतो.

अ] <u>खरे</u>

ब] असत्य

प्र.४८. PowerPoint मध्ये "Insert" टॅबमध्ये तुमच्या स्लाइड्स डिझाइन करण्यासाठी टूल्स असतात.

अ] खरे

ब] <u>असत्य</u>

प्र.49. "..........." टॅबमध्ये मूलभूत स्वरूपन साधने आहेत.

अ] "डिझाइन"

B] "पहा"

C] "घाला"

D] <u>"घर"</u>

प्र.५०. "स्लाइड" टॅब तुमच्या सादरीकरणाद्वारे नेव्हिगेट करणे आणि बदलांचे परिणाम पाहणे आणि स्लाइडरची पुनर्रचना करणे, जोडणे किंवा हटवणे सोपे करते.

अ] <u>खरे</u>

ब] असत्य

प्र.५१. तुम्ही संपादित करत असताना "आउटलाइन" टॅब तुम्हाला तुमच्या लघुप्रतिमा आकाराच्या प्रतिमा म्हणून स्लाइड दाखवतो.

अ] खरे

ब] <u>असत्य</u>

प्र.५२. PowerPoint मध्ये "Insert" टॅबमध्ये तुमच्या स्लाइड्स डिझाइन करण्यासाठी टूल्स असतात.

अ] खरे

ब] <u>असत्य</u>

प्र.१. तुम्ही फील्डचे नाव स्पेस देऊन सुरू करू शकता.

अ] खरे.

ब] <u>खोटे.</u>

Q.2. "............" हा डेटाबेस ऑब्जेक्ट आहे ज्याचा वापर मुख्यतः रेकॉर्ड प्रविष्ट करण्यासाठी आणि प्रदर्शित करण्यासाठी आणि स्क्रीनवरील विद्यमान रेकॉर्डमध्ये बदल करण्यासाठी केला जातो.

अ] प्रश्न.

ब] <u>फॉर्म.</u>

क] अहवाल.

ड] टेबल.

Q.3. प्राथमिक क्रमांक ही एक अनन्य, अनुक्रमिक संख्या आहे जी जेव्हाही टेबलमध्ये नवीन रेकॉर्ड जोडली जाते तेव्हा आपोआप एकाने वाढते.

अ] खरे.

ब] <u>खोटे.</u>

Q.4. प्रत्येक स्तंभ हा एक रेकॉर्ड आहे जो रेकॉर्डबद्दल माहितीचे सर्वात लहान एकक आहे.

अ] खरे.

ब] <u>असत्य.</u>

Q.5. फॉर्म हे सारण्या आणि प्रश्नांमधून तयार केलेले मुद्रित आउटपुट आहे.

अ] खरे.

ब] <u>असत्य.</u>

प्र.६. रिबनमध्ये टास्क-ओरिएंटेड टॅब, गट आणि कमांड बटणे आहेत.

अ] <u>खरे.</u>

ब] असत्य.

प्र.७. "............" ही एक इलेक्ट्रॉनिक डेटाबेस व्यवस्थापन प्रणाली आहे जी विविध प्रकारे माहिती संग्रहित, व्यवस्थापित, हाताळणी आणि सादर करू शकते.

अ] <u>एमएसऍक्सेस 2007.</u>

ब] एमएस वर्ड.

C] एमएस एक्सेल.

ड] एमएस पॉवरपॉइंट.

प्र.८. व्यावसायिक डेटाबेस ही सर्वात मोठ्या प्रमाणावर वापरली जाणारी डेटाबेस संरचना आहे.

अ] खरे.

ब] <u>खोटे.</u>

प्र.९. सारण्या एका सामान्य फील्डद्वारे एकमेकांशी संबंधित किंवा जोडलेल्या आहेत.

अ] <u>खरे.</u>

ब] असत्य.

प्र.१०. जेव्हा तुम्ही डेटा प्रकार निवडता, तेव्हा त्याचे डीफॉल्ट गुणधर्म "प्रदर्शन गुणधर्म" अंतर्गत प्रदर्शित केले जातात.

अ] खरे.

ब] <u>खोटे.</u>

प्र.११. "............" डेटा प्रकार फक्त संख्या संग्रहित करण्यासाठी वापरला जातो.

A] ऑटो नंबर.

ब] मजकूर.

C] <u>क्रमांक.</u>

D] तारीख/वेळ.

प्र.१२. नवीन रेकॉर्ड जोडल्यावर फील्डमध्ये स्वयंचलितपणे प्रविष्ट केलेले मूल्य निर्दिष्ट करण्यासाठी डीफॉल्ट मूल्य वापरले जाते.

अ] <u>खरे.</u>

ब] असत्य.

प्र.१३. "............" ऑक्सेस 2007 मध्ये माहिती संग्रहित करते.

अ] <u>तक्ता.</u>

ब] प्रश्न.

क] अहवाल.

ड] फॉर्म.

प्र.१४. फील्ड प्रॉपर्टी हे एक वैशिष्ट्य आहे जे फील्ड परिभाषित करण्यात मदत करते.

अ] <u>खरे.</u>

ब] असत्य.

प्र.१५. ".........." डेटा प्रकार प्रतिमा, दस्तऐवज, आलेख इत्यादी संग्रहित करण्यासाठी वापरला जातो.

अ] हायपरलिंक.

ब] <u>ओईएलऑब्जेक्ट.</u>

क] मजकूर.

ड] वर्णन.

प्र.१६. ".........." फील्डमध्ये एंटर करता येणाऱ्या वर्णांची कमाल संख्या ठरवते.

अ] स्वरूप.

ब] इनपुट मास्क.

क] मथळा.

ड] <u>क्षेत्राचाआकार.</u>

प्र.१७. डेटाबेसमधील माहिती .... मध्ये संग्रहित केली जाते.

अ] तक्ता.

ब] पेटी.

क] फोल्डर.

डी] <u>टेबल.</u>

प्र.१८. "..........." हा डीफॉल्ट डेटा प्रकार आहे आणि त्याचा वापर शब्द, शब्द आणि संख्या यांचे संयोजन आणि गणनेमध्ये न वापरलेले संख्या यासारख्या मजकूर नोंदी संग्रहित करण्यासाठी केला जातो.

अ] मजकूर.

ब] संख्या.

क] मेमो.

ड] <u>चलन.</u>

प्र.१९. ॲक्सेसमध्ये, तुम्ही चढत्या किंवा उतरत्या क्रमाने डेटाची क्रमवारी लावू शकता.

अ] <u>खरे.</u>

ब] असत्य.

प्र.२०. डेटाबेसमधील ऑब्जेक्ट्स प्रदर्शित करण्यासाठी आणि कार्य करण्यासाठी प्रवेश "याद्या" नावाचे भिन्न विंडो स्वरूप प्रदान करते.

अ] खरे.

ब] <u>असत्य.</u>

प्र.२१. ॲक्सेसमध्ये, प्रत्येक डेटाबेस एका फाईलमध्ये संग्रहित केला जातो ज्यामध्ये विस्तार असतो.

अ] ".docx"

ब] ".rtf"

क] <u>".accdb"</u>

D] ".txt"

प्र.२२. डेटा प्रकार फील्डमध्ये समाविष्ट असलेल्या डेटाचा प्रकार परिभाषित करतो.

अ] <u>खरे.</u>

ब] असत्य.

प्र.२३. A .... फील्डमध्ये साठवलेला डेटा ओळखण्यासाठी वापरला जातो.

अ] तक्ता.

ब] <u>क्षेत्राचेनाव.</u>

क] पेटी.

ड] कंस.

प्र.२४. डेटाबेस हा संबंधित माहितीचा संघटित संग्रह असतो.

अ] <u>खरे.</u>

ब] असत्य.

प्र.२५. "........." डेटा एंट्री सुलभ करते आणि कोणता डेटा आवश्यक आहे आणि तो कसा प्रदर्शित करायचा हे नियंत्रित करते.

अ] स्वरूप.

ब] <u>इनपुटमास्क.</u>

क] मथळा.

ड] क्षेत्राचा आकार.

प्र.२६. ॲक्सेस आपोआप प्राथमिक कीसाठी एक कोड तयार करतो, जो क्वेरी आणि इतर ऑपरेशन्स करण्यात मदत करतो.

अ] खरे.

ब] <u>खोटे.</u>

प्र.२७. .... अनेक डेटा प्रकार प्रदान करते.

अ] शब्द 2007.

ब] <u>प्रवेश 2007 .</u>

सी] एक्सेल 2007.

ड] पॉवरपॉइंट 2007.

प्र.२८. टेबलमधून रेकॉर्ड जोडणे, हटवणे आणि सुधारणे कठीण आहे.

अ] खरे.

ब] <u>असत्य.</u>

प्र.29. ॲक्सेस 2007 चे "फॉर्म विझार्ड" वैशिष्ट्य फॉर्म डिझाइन करणे खूप सोपे करते.

अ] <u>खरे.</u>

ब] असत्य.

प्र.३०. जेव्हा तुम्ही डेटाबेस उघडता किंवा नवीन तयार करता तेव्हा तुमच्या डेटाबेसची नावे अशी सारणी तयार करतात. नॅव्हिगेशन उपखंडात फॉर्म आणि अहवाल दिसतात.

अ] <u>खरे.</u>

ब] असत्य.

प्र.३१. चार्ट हे उभ्या स्तंभांचे बनलेले असतात] ज्याला फील्ड म्हणतात. आणि क्षैतिज पंक्ती] ज्याला रेकॉर्ड म्हणतात.

अ] खरे.

ब] <u>असत्य.</u>

प्र.३२. तुम्ही काही MS Access वैशिष्ट्ये वापरून पटकन अहवाल तयार करू शकता.

अ] <u>खरे.</u>

ब] असत्य.

Q.33. "..........." या विंडो आहेत ज्या तुम्ही टेबलमधील माहिती सहजपणे पाहण्यासाठी किंवा बदलण्यासाठी तयार करता आणि व्यवस्था करता.

अ] तक्ता.

ब] <u>प्रश्न.</u>

क] अहवाल.

ड] फॉर्म.

प्र.३४. ".........." काही अटी किंवा आवश्यकता पूर्ण करण्यासाठी सहज डेटा प्रतिबंधित करते.

A] प्रमाणीकरण मजकूर.

ब] डीफॉल्ट मूल्य.

C] प्रमाणीकरणनियम.

ड] स्वरूप.

प्र.३५. फॉर्म्स तुम्हाला टेबलमधील समान किंवा सर्व माहिती मुद्रित करण्यात मदत करतात.

अ] खरे.

ब] असत्य.

प्र.३६. ".........." डेटा प्रकार मजकूर फील्डमध्ये संग्रहित करण्यासाठी खूप लांब असलेला मजकूर संग्रहित करण्यासाठी वापरला जातो.

अ] मजकूर.

ब] संख्या.

क] मेमो.

ड] चलन.

प्र.३७. फील्डचे वर्णन करण्यासाठी "वर्णन" मजकूर बॉक्स वापरला जातो.

अ] खरे.

ब] असत्य.

प्र.३८. ".........." फील्ड कॅप्शन किंवा वापरकर्त्यासाठी डेटा प्रविष्ट करण्यासाठी प्रॉम्प्ट निर्दिष्ट करते.

अ] स्वरूप.

ब] इनपुट मास्क.

क] मथळा.

ड] क्षेत्राचा आकार.

प्र.३९. "फॉर्म विझार्ड" तुम्हाला फॉर्म तयार करण्यासाठी आवश्यक असलेल्या चरणांद्वारे मार्गदर्शन करतो.

अ] खरे.

ब] असत्य.

प्र.४०. फील्डचे नाव फील्डमध्ये संग्रहित डेटा ओळखण्यासाठी आहे.

अ] खरे.

ब] असत्य.

प्र.४१. डीफॉल्ट मूल्य एक अभिव्यक्ती आहे जी स्वीकार्य मूल्ये परिभाषित करते.

अ] खरे.

ब] <u>खोटे.</u>

प्र.४२. प्रत्येक पंक्ती एक फील्ड आहे ज्यामध्ये एखादी व्यक्ती, वस्तू किंवा ठिकाण याबद्दल सर्व माहिती असते.

अ] खरे.

ब] <u>असत्य.</u>

Q.43. प्राथमिक की असणे आवश्यक आहे

अ] अद्वितीय परंतु परवानगी शून्य.

ब] <u>अद्वितीयआणिशून्यनाही.</u>

C] नॉन-युनिक आणि शून्य नाही.

D] नॉन-युनिक आणि परमिट शून्य.

Q.44. खालीलपैकी कोणती कार्ये DBA द्वारे केली जातात?

अ] डेटाबेस डिझाइन.

ब] प्रणाली सुरक्षा.

सी] बॅकअप आणि पुनर्प्राप्ती.

ड] <u>वरीलसर्व.</u>

प्र.४५. "..........." हा एक रिलेशन डेटाबेस मॅनेजमेंट ऍप्लिकेशन आहे जो डेटाबेस तयार करण्यासाठी आणि त्याचे विश्लेषण करण्यासाठी वापरला जातो.

अ] शब्द 2007.

ब] <u>प्रवेश 2007.</u>

सी] सिस्टम सुरक्षा.

ड] पॉवरपॉइंट 2007.

प्र.४६. विविध प्रकारची माहिती साठवण्यासाठी आवश्यक तेवढे टेबल तुम्ही तयार करू शकता.

अ] <u>खरे.</u>

ब] असत्य.

प्र.४७. A "..........." हे तुमच्या टेबलमधील फील्ड किंवा फील्डचा संच आहे जो प्रत्येक रेकॉर्डसाठी एक अद्वितीय ओळखकर्ता प्रवेश प्रदान करतो.

अ] पासवर्ड.

ब] विशेष संहिता.

C] <u>प्राथमिककी.</u>

ड] अद्वितीय कोड.

प्र.४८. फोटो फाइल म्हणून टाकला जाऊ शकतो.

अ] खरे.

ब] <u>असत्य.</u>

प्र.49. तुम्ही टेबलमधील डेटाचे विश्लेषण करू शकता आणि डेटाच्या वेगवेगळ्या फील्डवर गणना करू शकता.

अ] <u>खरे.</u>

ब] असत्य.

प्र.५०. डेटा फॉर्मेट केल्याने काही विशिष्ट माहिती पटकन शोधण्यात मदत होते.

अ] खरे.

ब] <u>असत्य.</u>

प्र.५१. डेटाबेस परिभाषित करण्याची पहिली पायरी काय आहे.

अ] डेटाबेस डिझाइन करणे.

ब] डेटा संकलन.

C] <u>तुमच्याडेटाबेसचेनियोजनकरणे.</u>

ड] तुमचा डेटा डिजिटाइझ करणे.

प्र.५२. जेव्हा तुम्ही मुद्रण पूर्वावलोकन मोडमध्ये सारणी पाहता तेव्हा "प्रिंट पूर्वावलोकन" टॅब दिसून येतो.

अ] <u>खरे.</u>

ब] असत्य.

प्र.५३. टेबल, फॉर्म, क्वेरी आणि अहवाल यासारख्या सर्व प्रकारच्या डेटाबेस ऑब्जेक्टचे डिझाइन तयार करण्यासाठी आणि पाहण्यासाठी डेटाशीट दृश्य वापरले जाऊ शकते.

अ] खरे.

ब] <u>असत्य.</u>

प्र.५४. डीबीएमएस म्हणजे..................

A] <u>डेटाबेसव्यवस्थापनप्रणाली.</u>

B] डोमेन व्यवस्थापन प्रणाली.

C] डोमेन मॅनेजमेंट सर्व्हर.

D] डोमेन व्यवस्थापन शैली.

प्र.५५. प्रवेश हे देखील सुनिश्चित करा की प्रत्येक रेकॉर्डमध्ये रिक्त नसलेले प्राथमिक की फील्ड आहे आणि ते नेहमीच अद्वितीय आहे.

अ] <u>खरे.</u>

ब] असत्य.

प्र.५६. डेटा एंट्रीच्या वेळी फील्ड n आपोआप फील्ड करण्यासाठी "प्रमाणीकरण नियम" डीफॉल्ट मूल्य निर्दिष्ट करते.

अ] खरे.

ब] <u>असत्य.</u>

प्र.५७. डिझाईन दृश्य सारण्या, फॉर्म आणि क्वेरींमधील डेटाची पंक्ती आणि स्तंभ दृश्य प्रदान करते.

अ] खरे.

ब] <u>असत्य.</u>

Q.58 तुम्ही मजकूर फील्डमध्ये कॅरेक्टर्स पर्यंत प्रविष्ट करू शकता.

अ] ३७५

ब] 125

क] 235

ड] <u>255</u>

प्र.१. नेटस्केप नेव्हिगेटर हा एक प्रकार आहे ....

A] उपयुक्तता कार्यक्रम.

ब] कार्यप्रणाली.

C] <u>ब्राउझर.</u>

ड] वेब ऑथरिंग प्रोग्राम.

Q.2. जेव्हा तुम्ही "http://www.mkcl.org" सारखा पत्ता टाइप करता तेव्हा या .org मध्ये सूचित होते.

A] <u>मूळवेबसाइट.</u>

ब] व्यावसायिक वेब साइट.

C] संस्थात्मक वेब साइट.

ड] शैक्षणिक वेबसाईट.

Q.3. तुम्ही .... आणि............... वापरून विशिष्ट विषयासाठी वर्ल्ड वाइड वेबवर शोधू शकता.

अ] गोफर्स, फिडोस.

B] स्कॅनर, शोध इंजिन.

C] <u>शोधइंजिन, अनुक्रमणिका.</u>

डी ब्राउझर्स, लार्कर्स.

Q.4. अ] एन. .... हा इंटरनेटवर माहिती आणि संदेश कसे पाठवले जातात यासाठी नियमांचा एक संच आहे.

A] <u>प्रोटोकॉल.</u>

ब] ISP.

क] ॲपलेट.

D] HTML हायपर टेक्स्ट मार्कअप भाषा.

Q.5. विशिष्ट विषयाबद्दल इंटरनेटवर चर्चा म्हणून ओळखले जाते

अ] बातमी.

ब] <u>वृत्तगट.</u>

क] वेरोनिका.

ड] टेलनेट.

प्र.६. खालीलपैकी कोणता प्रोटोकॉलचा प्रकार नाही?

अ] TCI/IP

ब] <u>ASCII</u>

क] यापैकी नाही.

ड] ppp

प्र.७. खालीलपैकी कोणता प्रोटोकॉलचा प्रकार आहे?

अ] ASCII

ब] रॅम

C] <u>TCI/IP</u>

D] DBA

प्र.८. ई-मेल संदेशाचे तीन भाग आहेत

A] TCP/IP, डोमेन आणि ISP.

ब] गंतव्यस्थान, उपकरण आणि प्रेषक.

C] <u>शीर्षलेख, संदेशआणिस्वाक्षरी.</u>

D] TCP, IP आणि संदेश.

प्र.९. जगभरातील अनेक संगणकांना जोडणारे नेटवर्क म्हणजे काय?

अ] इंट्रानेट.

B] <u>इंटरनेट.</u>

क] अर्पणेत.

ड] नेटवर्क.

प्र.१०. खालीलपैकी कोणता ब्राउझर आहे.

अ] वेब साईट.

ब] मायक्रोसॉफ्ट.

C] <u>इंटरनेटएक्सप्लोरर.</u>

ड] www.

प्र.११. DNS या अटींचा अर्थ आहे.

अ] डेटा नामकरण प्रणाली.

ब] नाव प्रणाली करा.

C] <u>डोमेननेमसिस्टम.</u>

ड] डुप्लिकेट नाव प्रणाली.

प्र.१२. इंटरनेट ई-मेल पत्ता प्रत्येक वापरकर्त्यासाठी .... आहे.

अ] <u>अद्वितीय.</u>

ब] समान.

क] सामान्य.

ड] यापैकी नाही.

प्र.१३. कोणत्याही वेबसाइटवर नेव्हिगेट करण्यासाठी, वापरकर्त्यास प्रविष्ट करणे आवश्यक आहे

अ] <u>URL.</u>

ब] www.

क] पीपीपी.

ड] यापैकी नाही.

प्र.१४. ई-कॉमर्सचे पूर्ण रूप काय आहे?

अ] इंग्रजी वाणिज्य.

ब] <u>इलेक्ट्रॉनिककॉमर्स.</u>

C] इलेक्ट्रिक कॉमर्स.

ड] घटक वाणिज्य.

प्र.१५. तुम्हाला आवश्यक असलेल्या एखाद्याला ई-मेल पाठवण्यासाठी ....

अ] रहिवासी पत्ता.

ब] <u>इंटरनेटकनेक्टिव्हिटी.</u>

C] फॅक्स पत्ता.

ड] यापैकी नाही.

प्र.१६. .... हे वेबपेज पाहण्यासाठी वापरले जाते.

अ] इनबॉक्स.

ब] रिसायकल बिन.

C] <u>इंटरनेटएक्सप्लोरर.</u>

D] नेटवर्क नेबरहुड.

प्र.१७. URL चे पूर्ण रूप

अ] युनिव्हर्सल रिसोर्स लोकेटर.

B] <u>एकसमानसंसाधनलोकेटर.</u>

C] युनि रिसोर्स लोकेटर.

ड] यापैकी नाही.

प्र.१८. मॉडेम सीडीमधील डेटा हार्ड डिस्कमध्ये रूपांतरित करतो.

अ] खरे.

ब] <u>असत्य.</u>

प्र.१९. खालीलपैकी कोणते सर्च इंजिन आहे.

अ] गुगल.

ब] अल्टा व्हिस्टा.

क] याहू.

ड] हेसर्व.

प्र.२०. ई-कॉमर्स म्हणजे काय?

अ] ऑनलाइनविक्री, खरेदी, खातेहाताळणीइ.

ब] विषय वाणिज्य प्रवाह.

C] व्यावसायिक समस्या हाताळण्यासाठी इलेक्ट्रॉनिक उपकरणे.

D] वरील सर्व.

प्र.२१. .gov, .edu, .mil, आणि .net या विस्तारांना म्हणतात.

A] DNS.

ब] ई-मेल लक्ष्य.

C] डोमेनकोड.

ड] पत्त्यावर मेल.

प्र.२२. वेब स्पायडर आणि क्रॉलर्स याची उदाहरणे आहेत

अ] ब्राउझर.

ब] शोधइंजिन.

C] HTML प्रोग्राम्स.

ड] ज्वाळा.

प्र.२३. URL म्हणजे काय?

अ] वर्ल्ड वाइड वेबवर फिरण्यासाठी वापरलेले सॉफ्टवेअर पॅकेज..

B] वर्ल्डवाइडवेबवरीलसंसाधनाचापत्ता.

C] अंतर्गत विझार्डचे वर्णन करण्यासाठी वापरल्या जाणार्‍या संज्ञा.

D] एक थेट गप्पा कार्यक्रम [अमर्यादित रिअल टाइम भाषा.

प्र.२४. "www." हे संक्षेप काय आहे. याचा अर्थ.

अ] वर्ल्डवाइडवेब.

ब] वाइड वाइड वेब.

क] वर्ल्ड विड्थ वेब.

ड] वेबसह जग.

प्र.२५. वापरकर्त्याला कीवर्डवर डेटा शोधण्याची परवानगी देणारी वेबसाइट आहे:

अ] चॅट इंजिन.

ब] राउटर.

C] वेब सर्व्हर.

ड] शोधइंजिन.

प्र.२६. खालीलपैकी कोणते वेब सर्च इंजिन जगभरात वापरले जाते?

अ] डोमेन.

ब] गुगल.

क] टॉगल करा.

ड] यापैकी नाही.

प्र.२७. जेव्हा तुम्ही एखादा विषय शोधण्यासाठी a(n) .... वापरता, तेव्हा तुम्ही शोधत असलेली माहिती स्ट्रक्चर सारख्या डेटाबेसमध्ये व्यवस्थित केली जाते.

अ] शोधइंजिन.

ब] निर्देशांक.

क] कोळी.

ड] ऍपलेट.

प्र.२८. खालीलपैकी कोणती प्रणाली इलेक्ट्रॉनिक पत्र किंवा संदेश व्यक्ती किंवा संगणक यांच्यात पाठविली जाते.

अ] ई-मेल.

ब] ऑनलाइन सेवा.

C] संसाधने सामायिक करा.

ड] व्हॉइस मेल संदेशन.

प्र.29. आवडत्या सूचीमध्ये वर्तमान वेब जोडण्यासाठी.

A] "आवडते - आवडीमध्येजोडा" वरक्लिककरा.

B] "जोडा - आवडी" वर क्लिक करा.

C] "फाइल - आवडते क्लिक करा.

ड] हे सर्व.

प्र.३०. वेबवरून एका साइटवरून दुसर्‍या साइटवर फिरणे याला............... असे म्हणतात.

अ] जोडणे.

ब] नेव्हिगेटकरणे.

क] उडी मारणे.

ड] पेजिंग.

प्र.३१. प्रोटोकॉल दोन किंवा अधिक संगणकांमधील माहिती पास करण्याचे नियम परिभाषित करतो.

अ] खरे.

ब] असत्य.

प्र.३२. इंटरनेटवर पाठवलेली माहिती लहान तुकड्यांमध्ये विभागली जाते ज्याला म्हणतात.

अ] <u>पॅकेट्स.</u>

ब] पीपीपी

सी] ई-मेल फॉर्म.

ड] संदेश.

प्र.33. PPP आणि SLIP सारखे प्रोटोकॉल वापरले जातात.

अ] <u>डेटाट्रान्सफर.</u>

ब] डायलअप इंटरनेट कनेक्शन.

C] डोमेन नोंदणी.

ड] यापैकी नाही.

प्र.34. .com .... संस्थेचे प्रकार सूचित करते.

अ] <u>व्यावसायिक.</u>

ब] कॉम्प्लेक्स.

क] कंपनी.

ड] मालवाहू.

प्र.35. दुसऱ्या व्यक्तीच्या मेलबॉक्समध्ये इंटरनेटवर संदेश पाठवणे आहे

अ] ई-व्यवसाय.

ब] ई-पत्र.

C] <u>ई-मेल.</u>

ड] सायबर माली.

प्र.१. हा वैयक्तिक माहिती व्यवस्थापकांचा एक प्रकार आहे.

अ] एमएस वर्ड 2007

ब] एमएस एक्सेल 2007

सी] एमएस पॉवरपॉइंट 2007

ड] <u>एमएसआउटलुक 2007</u>

Q.2. तुम्ही स्प्रेडशीट्स, वर्ड प्रोसेसर दस्तऐवज डेटाबेस, अगदी ध्वनी रेकॉर्डिंग आणि ग्राफिक प्रतिमांसह सर्व प्रकारच्या फाइल्स ई-मेलमध्ये संलग्न करू शकता.

अ] <u>खरे</u>

ब] असत्य

Q.3. मेल तयार करण्यासाठी, आम्ही नेव्हिगेशन उपखंडातील "मेल" वर क्लिक करतो.

अ] <u>खरे</u>

ब] असत्य

Q.4. तुम्ही मेल पाठवण्यासाठी आणि प्राप्त करण्यासाठी "पाठवा/प्राप्त करा" बटण वापरता.

अ] <u>खरे.</u>

ब] असत्य.

Q.5. तुम्हाला तुमचे कामाचे वातावरण वैयक्तिकृत करायचे असल्यास तुमचे संपर्क व्यवस्थापित करणारे साधन वापरायचे आहे. शेड्युल इ. तुम्ही वापराल.

अ] मायक्रोसॉफ्ट ऑफिस एक्सेल 2007

ब] मायक्रोसॉफ्ट ऑफिस पॉवरपॉईंट 2007

C] Microsoft Office Outlook 2007

D] मायक्रोसॉफ्ट ऑफिस वर्ड 2007

प्र.६. एमएस आउटलुक 2007 मधील एंट्री, जी 24 तासांपेक्षा जास्त काळ गमावली त्याला असे म्हणतात

अ] घटना

ब] प्रदर्शन

क] मेल

ड] कॅलेंडर

प्र.७. मेल मसाज तयार करणे याला मेल "एकत्रित करणे" असेही म्हणतात.

अ] खरे.

ब] असत्य.

प्र.८. आउटलुक 2007 चे सर्वात महत्वाचे वैशिष्ट्य म्हणजे ई-मेल पाठवणे आणि प्राप्त करणे.

अ] खरे.

ब] असत्य.

प्र.९. A .... हा MS Outlook 2007 मध्ये वापरला जाणारा वर्णनात्मक कीबोर्ड किंवा वाक्यांश आहे ज्यामध्ये तुम्ही संबंधित वस्तू नियुक्त करू शकता.

अ] श्रेणी

ब] मेल

क] नोट्स

ड] बिंदू

प्र.१०. सोर्टिंग टास्क ही वस्तूंची चढत्या क्रमाने पुनर्रचना करण्याची प्रक्रिया आहे.

अ] खरे.

ब] असत्य.

प्र.११. "नोटबुक" एक इलेक्ट्रॉनिक पुस्तक आहे. ज्यामध्ये तुम्ही ज्यांच्याशी संवाद साधता त्या सर्व लोकांची तपशीलवार माहिती समाविष्ट आहे.

अ] खरे.

ब] असत्य.

प्र.१२. .... या तुमच्या ई-मेल संदेशासोबत असलेल्या वेगळ्या बाह्य फाइल्स आहेत.

अ] <u>संलग्नक</u>

ब] पर्याय

क] ई-मेल

ड] पार्सल

प्र.१३. कार्य ही वैयक्तिक कार्याशी संबंधित क्रिया आयटम आहे.

अ] <u>खरे.</u>

ब] असत्य.

प्र.१४. "झटपट शोध" वैशिष्ट्य आपल्याला Microsoft Office Outlook 2007 मध्ये आयटम द्रुतपणे शोधण्यात मदत करते.

अ] <u>खरे.</u>

ब] असत्य.

प्र.१५. MS Outlook 2007 मध्ये तुम्ही कोणत्याही वेळी कार्यांची स्थिती अद्यतनित करू शकता आणि निर्दिष्ट आणि टक्केवारी पूर्ण करू शकता.

अ] <u>खरे.</u>

ब] असत्य.

प्र.१६. तुम्ही "BCC" वापरून प्राप्तकर्त्यांचे नाव जोडल्यास ते नाव संदेशाच्या इतर प्राप्तकर्त्यांना दिसणार नाही.

अ] <u>खरे.</u>

ब] असत्य.

प्र.१७. जेव्हा तुम्ही Microsoft Outlook 2007 सुरू करता. तुम्हाला प्राप्त होणारे सर्व मेल तुमच्या "इनबॉक्स" फोल्डरमध्ये डीफॉल्ट म्हणून जमा केले जातात.

अ] <u>खरे.</u>

ब] असत्य.

प्र.१८. महत्त्वाच्या मेलच्या शेजारी असलेल्या ध्वज चिन्हावर क्लिक केल्यानंतर ते टू डू बारमध्ये जोडले जाते.

अ] <u>खरे.</u>

ब] असत्य.

प्र.१९. तुम्हाला तुमचे संपर्क फाइलमध्ये सेव्ह करावे लागतील, जेणेकरून ते भविष्यात वापरण्यासाठी उपलब्ध असतील. याला म्हणतात.................

अ] "जतन करणे"

ब] "आयात करणे"

C] <u>"निर्यातकरणे"</u>

D] "अर्कळ"

प्र.२०. मेलिंग लिस्ट म्हणजे संपर्कांचा संग्रह.

अ] खरे.

ब] असत्य.

प्र.२१. तुम्हाला प्राप्त झालेला मेल फॉरवर्ड करण्यासाठी, इनबॉक्समधील मेलवर क्लिक करा आणि नंतर "फॉरवर्ड करा" बटणावर क्लिक करा.

अ] खरे.

ब] असत्य.

प्र.२२. "नोट्स" ही कागदी नोटांची इलेक्ट्रॉनिक आवृत्ती आहे जी तुम्ही द्रुत स्मरणपत्रे खाली करण्यासाठी वापरता.

अ] खरे

ब] असत्य

प्र.२३. आपण "Cc" वापरून प्राप्तकर्त्यांचे नाव जोडल्यास, संदेशाच्या इतर प्राप्तकर्त्यांना नाव दृश्यमान होणार नाही.

अ] खरे.

ब] खोटे.

प्र.२४. जेव्हा तुम्ही Microsoft Outlook 2007 उघडाल, तेव्हा तुम्हाला डावीकडे नेव्हिगेशन उपखंड दिसेल. ज्यामध्ये मेल, कॅलेंडर आणि संपर्क इ. सारख्या श्रेणींचा समावेश आहे?

अ] खरे.

ब] असत्य.

प्र.२५. एमएस आउटलुक 2007 मधील टास्क टाइमलाइन दृश्यात. कार्य त्यांच्या देय तारखांनुसार व्यवस्थित केली जातात.

अ] खरे.

ब] असत्य.

प्र.२६. "श्रेणी" क्रमवारी लावणे ही वस्तूंची चढत्या किंवा उतरत्या क्रमाने पुनर्रचना करण्याची प्रक्रिया आहे.

अ] खरे.

ब] खोटे.

प्र.२७. एमएस आउटलुक 2007 मध्ये तुम्ही तुमच्या मेलिंग लिस्टमध्ये विविध पुस्तकांचे संपर्क जोडू शकता.

अ] खरे.

ब] असत्य.

प्र.२८. तुम्हाला मिळालेली माहिती तुमच्या मित्राला किंवा इतर कोणत्याही व्यक्तीपर्यंत पोहोचवायला तुम्ही गेलात तेव्हा तुम्हाला .... तुम्हाला मिळालेला मेल.

अ] "शेअर करा"

ब] "दे"

C] "पाठवा"

D] <u>"फॉरवर्ड"</u>

प्र.२९. "Cc" म्हणजे कार्बन कॉपी आणि "Bcc" म्हणजे अंध कार्बन कॉपी.

अ] <u>खरे.</u>

ब] असत्य.

प्र.३०. .... हे एक इलेक्ट्रॉनिक पुस्तक आहे, ज्यामध्ये तुम्ही ज्यांच्याशी संवाद साधता त्या सर्व लोकांची तपशीलवार माहिती समाविष्ट आहे.

अ] <u>पत्तापुस्तिका</u>

ब] दिनदर्शिका

क] कार्य

ड] नोटबुक

प्र.३१. तुम्ही फॉलो-अप आयटम द्रुतपणे तयार करण्यासाठी ध्वज वापरू शकता जो टू-डू-बारमध्ये, तुमच्या इनबॉक्समध्ये आणि कॅलेंडरमध्ये देखील ट्रॅक केला जाऊ शकतो.

अ] <u>खरे.</u>

ब] असत्य.

प्र.३२. तुम्ही MS Outlook 2007 मध्ये "विषयानुसार व्यवस्था पहा" निवडून विषयानुसार तुमची कार्ये क्रमवारी लावू शकता.

अ] <u>खरे.</u>

ब] असत्य.

प्र.३३. जेव्हा तुम्ही Microsoft Outlook 2007 सुरू करता, तेव्हा तुम्हाला प्राप्त होणारे सर्व मेल तुमच्या "Drafts" फोल्डरमध्ये डिफॉल्ट म्हणून जमा केले जातात.

अ] खरे.

ब] <u>असत्य.</u>

प्र.१. जेव्हा वेब साइट विकसित केली जाते; विविध एकमेकांशी जोडलेल्या फाईल्स एकत्र गटबद्ध केल्या आहेत. कोणत्या सुविधेचा वापर करून हे साध्य केले जाते.

अ] हायपरटेक्स्ट.

ब] <u>हायपरलिंक्स.</u>

C] नेटवर्क.

ड] यापैकी नाही.

Q.2. इंटरनेट मधील संक्षेप "www" म्हणजे काय:

अ] <u>वर्ल्डवाइडवेब.</u>

ब] वाइड वाइड वेब.

क] वर्ल्ड विड्थ वेब.

ड] वेबसह जग.

Q.3. .... हे सर्वात वेगाने वाढणाऱ्या इंटरनेट ऍप्लिकेशन्सपैकी एक आहे.

अ] ई-मेल.

ब] <u>खरेदी.</u>

क] गुंतवणूक.

ड] वाणिज्य.

Q.4. .... ही नवीन संगणक भाषा आहे जी वर्ल्ड वाइड वेबसाठी ॲनिमेशन आणि गेम लिहिण्यासाठी वापरली जाते.

अ] <u>जावा.</u>

ब] सी.

C] C++.

ड] HTML.

Q.5. .... मेलिंग लिस्टमध्ये बातम्यांचे गट आणि चॅट गट समाविष्ट करा.

अ] <u>चर्चागट.</u>

ब] इंटरनेट गट.

C] IP गट.

ड] हे सर्व.

प्र.६. खालीलपैकी कोणते सर्च इंजिन आहे.

अ] गुगल.

ब] अल्टा व्हिस्टा.

क] याहू.

ड] <u>हेसर्व.</u>

प्र.७. निर्देशिका शोध याला इंडेक्स सर्च असेही म्हणतात.

अ] <u>खरे.</u>

ब] असत्य.

प्र.८. IRC मध्ये, R चा अर्थ आहेः

अ] वास्तविक.

ब] <u>रिले.</u>

क] रेकॉर्ड.

ड] यादृच्छिक.

प्र.९. ॲपलेट हे .... भाषेत लिहिलेले विशेष कार्यक्रम आहेत.

अ] <u>जावा.</u>

ब] HTML.

क] HTTP.

D] यापैकी काहीही नाही.

प्र.१०. ई-मेलमध्ये खालील सर्व मूलभूत घटकांचा समावेश आहे.

अ] शीर्षलेख.

ब] <u>तळटीप.</u>

क] संदेश.

ड] स्वाक्षरी.

प्र.११. इन्स्टंट मेसेजिंग तुम्हाला अनुमती देते

अ] <u>ई-मेलसंदेशपाठवा.</u>

ब] डेटा शेअर करणे.

C] तुमच्या संदेशांचे त्वरित उत्तर.

ड] रिअल टाइममध्ये होणाऱ्या संभाषणात एकाच वेळी अनेकांशी संवाद साधणे.

प्र.१२.] जेव्हा तुम्ही a] एन. .... एखाद्या विषयाचा शोध घेण्यासाठी तुम्ही जी माहिती शोधता ती डेटाबेसमध्ये व्यवस्थापित केली जाते - सारखी रचना.

अ] <u>शोधइंजिन.</u>

ब] निर्देशांक.

क] कोळी.

ड] ऍपलेट.

प्र.13. .gov, .edu, .mil, आणि .net या विस्तारांना म्हणतात.

A] DNS.

ब] ई-मेल लक्ष्य.

C] <u>डोमेनकोड.</u>

ड] पत्त्यांवर मेल करा.

प्र.१४.] वेब स्पायडर हे सर्च इंजिन म्हणूनही ओळखले जातात..

अ] खरे.

ब] <u>असत्य.</u>

Q.15.B2c, C2C आणि B2B हे .... चे प्रकार आहेत.

अ] ई-मेल.

ब] <u>ई-कॉमर्स.</u>

क] ई-रोख.

ड] हे सर्व.

प्र.१६. कोणत्याही वेबसाइटवर नेव्हिगेट करण्यासाठी, वापरकर्त्यास प्रविष्ट करणे आवश्यक आहे.

अ] URL.

ब] www.

क] पीपीपी.

ड] यापैकी नाही.

प्र.१७. वेब स्पायडर आणि क्रॉलर्स ही उदाहरणे आहेत

अ] ब्राउझर.

ब] शोधइंजिन.

C] HTML प्रोग्राम्स.

ड] ज्वाळा.

प्र.१८. .com .... प्रकारच्या संस्थेची वेबसाइट दर्शवते.

अ] वाणिज्य.

ब] कॉम्प्लेक्स.

क] कंपनी.

ड] मालवाहू.

Q.19. ISP म्हणजे.

अ] अंतर्गत सेवा योजना.

ब] इंटरनेट सेवा योजना.

C] अविभाज्य सेवा योजना.

ड] इंटरनेटसेवाप्रदाता.

Q.20............ हे असे प्रोग्राम आहेत जे वेब संसाधनांमध्ये प्रवेश प्रदान करतात.

अ] ब्राउझर.

ब] शोध इंजिन.

क] कार्यक्रम.

ड] हे सर्व.

प्र.२१. वर्ल्ड वाइड वापरण्यात येणारे वेब सर्च इंजिन कोणते आहे?

अ] डोमेन.

ब] गुगल.

क] टॉगल करा.

ड] हे सर्व.

प्र.२२. विशिष्ट बद्दल इंटरनेटवर चर्चा म्हणून ओळखले जाते

अ] बातमी.

ब] वृत्तसमूह.

C] वेरोनिका.

ड] टेलनेट.

प्र.२३. URL मधून पूर्ण

अ] युनिव्हर्सल रिसोर्स लोकेटर.

B] युनिफॉर्मरिसोर्सलोकेटर.

C] युनि रिसोर्स लोकेटर.

ड] यापैकी नाही.

प्र.२४. .... हे जावामध्ये लिहिलेले विशेष कार्यक्रम आहेत.

A] Java प्रोग्राम्स.

ब] ऍपलेट्स.

C] प्रकल्प.

ड] यापैकी नाही.

प्र.२५. FTP म्हणजे.

अ] क्षेत्र हस्तांतरण प्रकल्प.

ब] फाइल हस्तांतरण प्रकल्प.

C] फाइलट्रान्सफरप्रोटोकॉल.

ड] यापैकी नाही.

प्र.२६. प्लग-इन हे असे प्रोग्राम आहेत जे आपोआप सुरू होतात आणि ब्राउझरचा एक भाग म्हणून ऑपरेट करतात.

अ] खरे.

ब] असत्य.

प्र.२७. कीवर्ड सर्चला इंडेक्स सर्च असेही म्हणतात.

अ] खरे.

ब] असत्य.

प्र.२८. तुम्ही यामध्ये "http://www.mkcl.org" असा पत्ता टाइप करता. org सूचित करते की ते ए

A] मूळ वेब साइट.

ब] व्यावसायिक वेब साइट.

C] संस्थात्मकवेबसाइट.

ड] शैक्षणिक वेबसाईट.

प्र.29. तुम्ही .... आणि .... वापरून विशिष्ट विषयासाठी वर्ल्ड वाइड वेब शोधू शकता.

अ] गोफर, फिडोस.

ब] स्कॅनर, शोध इंजिन.

C] शोधइंजिन, इंडेक्स.

ड] ब्राउझर, लुकर्स.

प्र.३०. मेलिंग लिस्ट सदस्यांना सूचीच्या पत्यावर संदेश पाठवून संवाद साधण्याची परवानगी देतात.

अ] खरे.

ब] असत्य.

प्र.३१. एक लोकप्रिय चॅट सेवा म्हणतात -

अ] इंटरनेट रिलीझ चॅट.

ब] इंटरनेट विनंती चॅट.

C] इंटरनेट संसाधन चॅट.

डी] इंटरनेटरिलेचॅट.

प्र.३२. ॲपलेट तयार करण्यासाठी वापरल्या जाणाऱ्या प्रोग्रामिंग भाषेला जावा म्हणतात.

अ] खरे.

ब] असत्य.

प्र.३३. जेव्हा तुम्ही a] एन वापरता. .... एखादा विषय शोधण्यासाठी, तुम्ही शोधत असलेली माहिती डेटाबेसमध्ये व्यवस्थापित केली जाते - सारखी रचना.

अ] शोधइंजिन.

ब] निर्देशांक.

क] कोळी.

ड] ॲपलेट.

प्र.३४. बिंदूच्या खालील डोमेन नावाच्या शेवटच्या भागाला .... म्हणतात.

A] डोमेनकोड.

ब] ई-मेल लक्ष्य.

C] DNS.

ड] पत्यांवर मेल करा.

प्र.३५. वेबपेज डिझाइन करताना खालील स्क्रिप्ट भाषा वापरली जाते.

अ] हायपरटेक्स्टमार्क-अपभाषा.

B] हायपर लिंक मार्क-अप भाषा.

C] हायपर टेक्स्ट वेब भाषा.

ड] यापैकी नाही.

प्र.३६. ई-मेल म्हणजे काय?

अ] अभियांत्रिकी मेलिंग.

ब] इंटरनेट मेलिंग.

C] इलेक्ट्रॉनिकमेलिंग.

ड] वरील सर्व.

प्र.३७. IM म्हणजे ....

अ] झटपट बनवणे.

ब] अंतर्गत संदेशवहन.

क] इन्स्टंटमेसेजिंग.

ड] यापैकी नाही.

Q.38.Microsoft चे इंटरनेट एक्सप्लोरल हे ब्राउझर मोठ्या प्रमाणावर वापरले जाते.

अ] खरे.

ब] असत्य.

प्र.३९. निर्देशिका शोध म्हणून देखील ओळखले जाते

अ] थेट शोध.

ब] अद्विवतीय शोध.

क] अनुक्रमणिकाशोध.

ड] हे सर्व.

प्र.४०. URL म्हणजे काय

A] एक सॉफ्टवेअर पॅकेज वर्ल्ड वाइड वेबवर फिरण्यासाठी वापरले जाते.

ब] वर्ल्डवाइडवेबवरीलसंसाधनाचापत्ता.

C] इंटरनेट विझार्डचे वर्णन करण्यासाठी वापरलेला शब्द.

D] अमर्यादित रिअल टाइम भाषा.

प्र.४१. नेटस्केप नेव्हिगेटर हा एक प्रकार आहे ....

A] उपयुक्तता कार्यक्रम.

ब] कार्यप्रणाली.

C] ब्राउझर.

ड] वेब ऑथरिंग प्रोग्राम.

प्र.१.......... प्रोग्राम्स जे तुमच्या संगणक प्रणालीला व्हायरस किंवा इतर हानीकारक प्रोग्राम्सपासून वाचवतात.

अ] बॅकअप.

ब] अँटीव्हायरस.

क] विस्थापित करा.

ड] यापैकी नाही.

Q.2. एका वेळी एकापेक्षा जास्त अनुप्रयोग चालवण्याच्या ऑपरेटिंग सिस्टमच्या क्षमतेमध्ये मल्टीटास्किंग.

अ] खरे.

ब] असत्य.

Q.3. .... हा एक उपयुक्तता कार्यक्रम आहे जो अनावश्यक तुकड्या शोधतो आणि काढून टाकतो आणि ऑपरेशन्स ऑप्टिमाइझ करण्यासाठी फाइल्स आणि न वापरलेली डिस्क स्पेस पुनर्रचना करतो.

अ] बॅकअप.

ब] <u>डिस्कडीफ्रॅगमेंटर.</u>

C] विस्थापित करा.

ड] हे सर्व.

Q.4. अनइन्स्टॉल प्रोग्राम्स संगणकाच्या हार्ड डिस्कमध्ये स्थापित अनावश्यक प्रोग्राम्स काढून टाकण्यास सक्षम करतात.

अ] <u>खरे.</u>

ब] असत्य.

Q.5. मूळ फाइल्स खराब झाल्यास किंवा हरवल्यास बॅकअप प्रोग्राम वापरल्या जाणाऱ्या फाइल्सच्या प्रती बनवतात.

अ] <u>खरे.</u>

ब] असत्य.

Q.6............ ही ऑपरेटिंग सिस्टिमची एकावेळी एकापेक्षा जास्त ऍप्लिकेशन चालवण्याची क्षमता आहे.

अ] बूट करणे.

ब] कॉपिंग.

क] पेस्ट करणे.

ड] <u>बहुकार्य.</u>

Q.7............ डेटा आणि प्रोग्राम्स साठवण्यासाठी वापरले जातात.

अ] फोल्डर.

ब] <u>फाइल.</u>

क] रिसायकल बिन.

ड] यापैकी नाही.

प्र.८. A............ ही जोडणारी रिंग आहे.

अ] <u>ट्रॅक.</u>

ब] क्षेत्र.

क] गोल.

ड] यापैकी नाही.

Q.9. ऑपरेटिंग सिस्टम वापरकर्ता इंटरफेस प्रदान करते, संगणक संसाधने नियंत्रित करते आणि प्रोग्राम चालवते.

अ] खरे.

ब] असत्य.

प्र.१०. प्रत्येक ट्रॅक पाचर-आकाराच्या विभागात विभागलेला असतो ज्याला .... म्हणतात.

मार्ग.

ब] क्षेत्र.

क] गोल.

ड] यापैकी नाही.

Q.11............ हे सेवा कार्यक्रम म्हणूनही ओळखले जातात.

अ] ओएस.

ब] उपकरण चालक.

क] उपयुक्तता.

ड] हे सर्व.

प्र.१२. सॉफ्टवेअरचा प्रकार ज्याचे वर्णन "अंतिम वापरकर्ता" सॉफ्टवेअर म्हणून केले जाऊ शकते.

अ] डॉस.

ब] सिस्टम सॉफ्टवेअर.

C] ॲप्लिकेशनसॉफ्टवेअर.

D] ऑपरेटिंग सॉफ्टवेअर.

Q.13.GUI म्हणजे

A] ग्राफिकलयूजरइंटरफेस.

ब] ग्रेटर यूजर इंटरफेस.

C] ग्राफिकल युनियन इंटरफेस.

D] ग्राफिकल यूजर इंटरफेस.

प्र.१४. यापैकी कोणत्या ऑपरेटिंग सिस्टममध्ये ग्राफिकल यूजर इंटरफेस नाही?

अ] विंडोज ९५.

ब] मॅक ओएस.

सी] लिनक्स.

ड] एमएसडॉस.

प्र.१५. भाषा अनुवादक प्रोग्रामरद्वारे लिहिलेल्या प्रोग्रामिंग सूचनांचे रूपांतर संगणकाला समजणाऱ्या आणि प्रक्रिया केलेल्या भाषेत करतात.

अ] खरे.

ब] असत्य.

Q.16............ हा अनेक स्वतंत्र समस्यानिवारण युटिलिटीजचा संग्रह आहे.

अ] बॅकअप.

ब] <u>नॉर्टनयुटिलिटीज.</u>

C] विस्थापित करा.

ड] वरील सर्व.

प्र.१७. .... वापरकर्ता इंटरफेस प्रदान करते, संगणक संसाधने नियंत्रित करते आणि प्रोग्राम चालवते.

अ] चालक.

ब] <u>कार्यप्रणाली.</u>

C] डेस्कटॉप.

ड] यापैकी नाही.

Q.18........... युटिलिटी हार्ड डिस्कवरील अत्यावश्यक नसलेल्या फाईल्स ओळखते आणि जेव्हा वापरकर्ता त्यांच्या मिटवण्याची परवानगी देतो तेव्हाच त्या मिटवते.

अ] अनइन्स्टॉल प्रोग्राम.

ब] बॅकअप.

C] फाइल कॉम्प्रेशन.

डी] <u>डिस्कसाफकरणे.</u>

प्र.१९. खालीलपैकी कोणते कार्य प्रणालीचे कार्य आहे.

अ] संसाधनांचे व्यवस्थापन.

B] रनिंग ॲप्लिकेशन्स.

C] वापरकर्ता इंटरफेस प्रदान करणे.

ड] <u>वरीलसर्व.</u>

प्र.२०. .... सामान्यतः वापरल्या जाणार्या अनुप्रयोगांचे प्रतिनिधित्व करण्यासाठी वापरल्या जाणार्या ग्राफिकल वस्तू आहेत.

अ] GUI.

ब] चालक.

सी] विंडोज एनटी.

ड] <u>चिन्हे.</u>

प्र.२१. संगणक सुरू करणे किंवा पुन्हा सुरू करणे याला .... प्रणाली म्हणतात.

अ] <u>बूटकरणे.</u>

ब] कॉपिंग.

क] पेस्ट करणे.

D] मल्टीटास्किंग.

प्र.२२. .... हे विशेष प्रोग्राम आहेत जे विशिष्ट इनपुट किंवा आउटपुट उपकरणांना उर्वरित संगणक प्रणालीशी संवाद साधण्याची परवानगी देतात.

A] <u>डिव्हाइसड्रायव्हर्स.</u>

ब] उपयुक्तता.

C] OS.

ड] यापैकी नाही.

प्र.२३. डिस्क डीफ्रॅगमेंटर हा एक उपयुक्तता प्रोग्राम आहे, जो अनावश्यक तुकड्या शोधतो आणि काढून टाकतो आणि ऑपरेशन्स ऑप्टिमाइझ करण्यासाठी फाइल्स आणि न वापरलेल्या डिस्क स्पेसची पुनर्रचना करतो.

अ] <u>खरे.</u>

ब] असत्य.

प्र.२४. .... कमांड्सची सूची प्रदर्शित करते ज्याचा वापर माहितीमध्ये प्रवेश मिळवण्यासाठी, हार्डवेअर सेटिंग्ज बदलण्यासाठी, मध्ये संग्रहित माहिती शोधण्यासाठी, ऑनलाइन मदत मिळवण्यासाठी आणि संगणक बंद करण्यासाठी केला जाऊ शकतो.

अ] GUI.

ब] डेस्कटॉप.

क] चिन्ह.

D] <u>प्रारंभबटण.</u>

प्र.२५. नेटवर्क ऑपरेटिंग सिस्टमचे खालीलपैकी कोणते उदाहरण आहे?

अ] नेटवेअर.

ब] विंडोज एनटी सर्व्हर.

सी] विंडोज एक्सपी सर्व्हर.

ड] <u>वरीलसर्व.</u>

प्र.२६. उपयुक्तता सेवा कार्यक्रम म्हणून देखील ओळखल्या जातात

अ] <u>खरे.</u>

ब] असत्य.

प्र.२७. कोणते प्रोग्राम फायलींचा आकार कमी करतात जेणेकरून ते डिस्कवर कमी जागा व्यापतात.

अ] बॅकअप.

ब] <u>डिस्कक्लीनअप.</u>

C] फाइल कॉम्प्रेशन.

डी] प्रोग्राम अनइन्स्टॉल करा.

प्र.२८. प्रत्येक ट्रॅक पाचर-आकाराच्या सेक्टरमध्ये विभागलेला आहे.

अ] <u>खरे.</u>

ब] असत्य.

प्र.29. संगणक सुरू करणे किंवा रीस्टार्ट करणे याला मल्टीटास्किंग द सिस्टम म्हणतात.

अ] खरे.

ब] खोटे.

प्र.३०. .... प्रोग्रामरने लिहिलेल्या प्रोग्रॅमिंग सूचना संगणकाला समजतात आणि त्यावर प्रक्रिया करतात अशा भाषेत रूपांतरित करा.

अ] उपयुक्तता.

ब] उपकरण चालक.

C] भाषाअनुवादक.

ड] यापैकी नाही.

प्र.३१. सिस्टीम सॉफ्टवेअरमध्ये खालील वगळता सर्व समाविष्ट आहेत.

अ] ऑपरेटिंग सिस्टम.

ब] उपकरण चालक.

C] उपयुक्तता.

ड] डेस्कटॉपप्रकाशन.

प्र.३२. .... हे बॅकग्राउंड सॉफ्टवेअर आहे जे कॉम्प्युटरला स्वतःची अंतर्गत संसाधने व्यवस्थापित करण्यास मदत करते.

अ] सिस्टमसॉफ्टवेअर.

ब] माहिती.

C] वस्तू.

ड] यापैकी नाही.

प्र.३३. ऑपरेटिंग सिस्टीम असे प्रोग्राम आहेत जे संसाधन व्यवस्थापित करतात, वापरकर्ता इंटरफेस प्रदान करतात आणि अनुप्रयोग चालवतात.

अ] खरे.

ब] असत्य.

प्र.३४. संगणक सुरू करणे किंवा पुन्हा सुरू करणे याला सिस्टम बूट करणे म्हणतात.

अ] खरे.

ब] असत्य.

प्र.३५. अँटीव्हायरस प्रोग्राम्स व्हायरस प्रोग्राम्सच्या आक्रमणापासून संगणकाचे रक्षण करण्यासाठी असतात.

अ] खरे.

ब] असत्य.

प्र.३६. अनइंस्टॉल प्रोग्राम्स स्टार्ट इन केलेले अनावश्यक प्रोग्राम काढून टाकण्यास सक्षम करतात

अ] <u>खरे.</u>

ब] असत्य.

प्र.३७. ट्रबल शूटिंग प्रोग्राम हार्डवेअर आणि सॉफ्टवेअर या दोन्ही समस्या ओळखतात आणि शक्य तितक्या दूर करण्याचा प्रयत्न करतात.

अ] <u>खरे.</u>

ब] असत्य.

प्र.३८. डिव्हाइस ड्रायव्हर्स हे विशेष प्रोग्राम आहेत जे विशिष्ट इनपुट किंवा आउटपुट डिव्हाइसेसना उर्वरित संगणक प्रणालीशी संवाद साधण्याची परवानगी देतात.

अ] <u>खरे.</u>

ब] असत्य.

प्र.३९. अँटीव्हायरस प्रोग्राम्स व्हायरस प्रोग्राम्सच्या आक्रमणापासून संगणकाचे रक्षण करण्यासाठी असतात.

अ] <u>खरे.</u>

ब] असत्य.

प्र.१. मायक्रोप्रोसेसरमध्ये दोन मूलभूत घटक असतात.

अ] कंट्रोल युनिट.

ब] अंकगणित तर्कशास्त्र एकक.

क] हे सर्व.

D] <u>यापैकीकाहीहीनाही.</u>

Q.2. खालीलपैकी कोणते डेटा प्रोसेसिंग युनिट आहे

अ] <u>CPU.</u>

ब] रॅम.

क] हार्ड डिस्क.

ड] फ्लॉपी.

Q.3.फायर-वायर पोर्टला हाय परफॉर्मन्स सीरियल बस HPSB असेही म्हणतात. बंदर.

अ] <u>खरे.</u>

ब] असत्य.

Q.4. कॅशे मेमरी RAM मधून वारंवार ऍक्सेस केलेली माहिती संग्रहित करण्यासाठी वापरली जाते.

अ] <u>खरे.</u>

ब] असत्य.

Q.5. RISC चा अर्थ आहे.

अ] <u>कमीकेलेलासूचनासंचसंगणक.</u>

B] इंस्ट्रक्शन सेट कॉम्प्युटर वाचा.

क] सूचना सॉफ्टवेअर संगणक कमी करा.

D] यापैकी काहीही नाही.

प्र.६. .... सर्व सिस्टम संगणकांना जोडते आणि इनपुट आणि आउटपुट डिव्हाइसला सिस्टम युनिटशी संवाद साधण्याची परवानगी देते.

अ] सिस्टमबोर्ड.

ब] मॉनिटर.

C] माउस.

ड] यापैकी नाही.

प्र.७. मायक्रोप्रोसेसर चिप्सचे प्रकार आहेत

अ] CISC चिप्स.

ब] RISC चिप्स.

क] हेसर्व.

ड] यापैकी नाही.

प्र.८. सिरीयल पोर्टद्वारे डेटा ट्रान्सफर समांतर पोर्टपेक्षा वेगवान आहे.

अ] खरे.

ब] असत्य.

प्र.९. खालीलपैकी प्राथमिक मेमरी कोणती आहे?

अ] रॉम.

ब] सीडी.

क] फ्लॉपी.

ड] हार्ड डिस्क.

प्र.१०. रँडम ऍक्सेस मेमरी] रॉम. स्मृती प्रकार .... आहे.

अ] कायम.

ब] तात्पुरता.

क] फ्लॅश.

ड] स्मार्ट.

प्र.११. ASCII, EBCDIC आणि युनिकोड ही ऍप्लिकेशन सॉफ्टवेअरची उदाहरणे आहेत.

अ] खरे.

ब] खोटे.

प्र.१२. आठ बिट्स चाव्याव्दारे बनवतात.

अ] खरे.

ब] असत्य.

प्र.१३. मायक्रोप्रोसेसर प्रणालीमध्ये, सेंट्रल प्रोसेसिंग युनिट CPU किंवा प्रोसेसर एका चिपवर असतो ज्याला मायक्रोप्रोसेसर म्हणतात.

अ] खरे.

ब] असत्य.

प्र.१४. CISC म्हणजे.

अ] संगणक सूचना संच संगणक.

B] कॉम्प्लेक्सइंस्ट्रक्शनसेटकॉम्प्युटर.

C] कॉम्प्लेक्स इंडेक्स सेट कॉम्प्युटर.

D] यापैकी काहीही नाही.

प्र.१५. ASCII, EBCDIC आणि युनिकोड या बायनरी कोडिंग योजना आहेत.

अ] खरे.

ब] असत्य.

प्र.१६. नोट बुक सिस्टम युनिट्सना अनेकदा .... असे म्हणतात.

A] PDA.

ब] लॅपटॉप.

C] डेस्कटॉप.

ड] यापैकी नाही.

प्र.१७. .... याला सिस्टम कॅबिनेट किंवा चेसिस असेही म्हणतात.

अ] सिस्टमयुनिट.

ब] मॉनिटर.

C] की बोर्ड.

ड] यापैकी नाही.

प्र.१८. फ्लॅश रॉममध्ये साठवलेला डेटा संगणकाचा पॉवर बंद असतानाही पुसला जात नाही.

अ] खरे.

ब] असत्य.

प्र.१९. सिस्टम बोर्डला मुख्य बोर्ड किंवा मदर बोर्ड असेही म्हणतात.

अ] खरे.

ब] असत्य.

प्र.२०. स्टोरेज डिव्हाइसची क्षमता सामान्यतः बाइट्सच्या संदर्भात मोजली जाते.

अ] खरे.

ब] असत्य.

प्र.२१. खालीलपैकी कोणता घटक डेटा साठवण्यासाठी वापरला जातो?

अ] CPU.

ब] स्मृती.

C] इनपुट डिव्हाइस.

ड] आउटपुट डिव्हाइस.

प्र.२२. मायक्रोप्रोसेसरला अनेकदा CPU म्हणतात.

अ] <u>खरे.</u>

ब] असत्य.

प्र.२३. मायक्रोप्रोसेसर प्रणालीमध्ये, कंट्रोल प्रोसेसिंग युनिट] CPU. किंवा प्रोसेसर एकाच चिपवर असतो ज्याला .... म्हणतात.

अ] स्लॉट.

ब] बंदर.

क] <u>मायक्रोप्रोसेसर.</u>

ड] यापैकी नाही.

प्र.२४. .... हा एक 16-बिट कोड आहे जो चीनी आणि जपानी सारख्या आंतरराष्ट्रीय भाषेला समर्थन देण्यासाठी डिझाइन केलेला आहे.

अ] <u>युनिकोड.</u>

ब] ASCII

क] EBCDIC

ड] यापैकी नाही.

प्र.२६. खालीलपैकी कोणते संगणक मेमरीचे एकक आहे.

A] किलोग्रॅम.

ब] <u>किलोबाइट्स.</u>

अ] मीटर.

ब] सेल्सिअस.

प्र.२७. समांतर पोर्ट बहुतेक प्रिंटरला सिस्टम युनिटशी जोडण्यासाठी वापरले जातात.

अ] <u>खरे.</u>

ब] असत्य.

प्र.२८. बायनरी किंवा द्विव-राज्य क्रमांकन प्रणालीसह डेटा आणि सूचना इलेक्ट्रॉनिक पद्धतीने दर्शविले जातात.

अ] <u>खरे.</u>

ब] असत्य.

प्र.29. खालीलपैकी कोणते स्मरणशक्तीचे एकक सर्वोच्च आहे?

अ] <u>गिगाबाइट.</u>

ब] बाइट्स.

क] मेगाबाइट्स.

ड] किलोबाइट्स.

प्र.३०. सिस्टम बोर्ड सर्व सिस्टीम घटकांना जोडतो आणि इनपुट आणि आउटपुट डिव्हाइसला सिस्टम युनिटशी संवाद साधण्याची परवानगी देतो.

अ] खरे.

ब] असत्य.

प्र.३१. समांतर पोर्ट डेटा एकामागून एक बाइट प्रसारित केला जातो.

अ] खरे.

ब] असत्य.

प्र.३२. खालीलपैकी प्राथमिक स्मृती कोणती?

अ] रॅम.

ब] सीडी.

क] फ्लॉपी.

ड] हार्ड डिस्क.

प्र.३३. सॉक्रेटिस, स्लॉट आणि बस लाइन सिस्टम बोर्डचे घटक आहेत.

अ] खरे.

ब] असत्य.

प्र.३४. बायनरी क्रमांकन प्रणालीतील प्रत्येक 0 आणि 1 ला बिट म्हणतात.

अ] खरे.

ब] असत्य.

प्र.१. मॉनिटर स्क्रीनवरील प्रतिमेच्या आउटपुटला बऱ्याचदा हार्ड कॉपी म्हणतात.

अ] खरे.

ब] असत्य.

Q.2. MIRC चा वापर बँकेतील चेकमधील डेटा वाचण्यासाठी केला जाऊ शकतो.

अ] खरे.

ब] असत्य.

Q.3. 800 x 600 रिझोल्यूशन असलेल्या मॉनिटरमध्ये 800 पिक्सेल क्षैतिज आणि 600 पिक्सेल अनुलंब आहेत.

अ] खरे.

ब] असत्य.

Q.4. कीबोर्डवर 0 -9 असे लेबल लावलेल्या की म्हणतात.

अ] फंक्शन की.

ब] टाइपरायटर की.

C] संख्यात्मककी.

ड] विशेष उद्देश की.

Q.5. माऊस आणि ट्रॅक बॉलची कार्य भिन्न आहेत.

अ] खरे.

ब] <u>असत्य.</u>

प्र.६. .... लोकांना जे समजते ते संगणकावर प्रक्रिया करू शकतील अशा स्वरूपात उपकरणे भाषांतरित करतात.

अ] इनपुट.

ब] आउटपुट.

अ] <u>हेसर्व.</u>

ब] यापैकी नाही.

प्र.७. F1, F2 आणि असे लेबल असलेल्या कीबोर्ड की यांना............... म्हणतात.

अ] <u>फंक्शनकी.</u>

ब] संख्यात्मक कळा.

C] टाइपरायटर की.

ड] विशेष उद्देश की.

प्र.८. खालीलपैकी कोणते उपकरण पॉइंटिंग प्रकारच्या उपकरणाचे नाही?

अ] उंदीर.

ब] टच स्क्रीन.

क] <u>कीबोर्ड.</u>

ड] जॉयस्टिक.

प्र.९. यापैकी कोणते इनपुट उपकरण नाही?

अ] <u>मॉनिटर.</u>

ब] उंदीर.

क] की बोर्ड.

ड] जॉयस्टिक.

प्र.१०. OCR चा वापर प्रिंटेड मजकुराचे मशीन रीडेबल कोडमध्ये भाषांतर करण्यासाठी केला जातो.

अ] <u>खरे.</u>

ब] असत्य.

प्र.११. ऑप्टिकल कॅरेक्टर रेकग्निशन डिव्हाईस आणि ऑप्टिकल मार्क रेकग्निशन डिव्हाईस ही एकाच यंत्राची दोन नावे आहेत.

अ] खरे.

ब] <u>असत्य.</u>

प्र.१२. मॉनिटरचा आस्पेक्ट रेशो म्हणजे क्षैतिज पिक्सेल आणि उभ्या पिक्सेलच्या संख्येचे गुणोत्तर.

अ] <u>खरे.</u>

ब] असत्य.

प्र.१३. मॉनिटर स्क्रीनवरील प्रतिमेच्या आउटपुटला बर्‍याचदा हार्डकॉपी म्हणतात.

अ] खरे.

बी खोटे.

प्र.१४. कॅप्स लॉक सारख्या कीबोर्ड की जे वैशिष्ट्य चालू किंवा बंद करतात त्यांना म्हणतात.

अ] फंक्शन की.

ब] संयोजन की.

C] टॉगलकी.

ड] विशेष उद्देश की.

प्र.१५. मॉनिटरचे प्राथमिक कार्य वापरकर्त्याला माहिती प्रदर्शित करणे आहे.

अ] खरे.

ब] असत्य.

प्र.१६. हेडफोन हे एक सामान्य आउटपुट उपकरण आहे.

अ] खरे.

ब] असत्य.

प्र.१७. डेस्कटॉपवर दिसणार्‍या माऊस पॉइंटरला .... असे देखील म्हणतात.

अ] बाणसूचक.

ब] की पॉइंटर.

C] डिस्प्ले पॉइंटर.

ड] यापैकी नाही.

प्र.१८. विशेष उद्देश ग्राफिक्स तयार करण्यासाठी प्लॉटर्स वापरले जातात.

अ] खरे.

ब] असत्य.

प्र.१९. इनपुट डिव्हाइस लोकांना काय समजते ते संगणक प्रक्रिया करू शकतील अशा स्वरूपात भाषांतरित करते.

अ] खरे.

ब] असत्य.

प्र.२०. संगणकातील सामान्य कीबोर्डचे प्राथमिक कार्य म्हणजे पियानोसारखे संगीत वाजवणे.

अ] खरे.

ब] असत्य.

प्र.२१. विंडोज ऑपरेटिंग सिस्टममधील स्क्रीनच्या कोणत्याही भागामध्ये प्रवेश करण्याचा सर्वात सोपा मार्ग म्हणजे वापरणे

अ] की बोर्ड.

ब] उंदीर.

क] <u>उंदीर.</u>

ड] जॉयस्टिक.

प्र.२२. डॉट मॅट्रिक्स प्रिंटर त्रासदायक आवाज करतात.

अ] <u>खरे.</u>

ब] असत्य.

प्र.२३. स्पीड गेम्स खेळण्यासाठी जॉयस्टिक खूप उपयुक्त आहे.

अ] <u>खरे.</u>

ब] असत्य.

प्र.२४. कागदावर आउटपुट तयार करण्यासाठी प्रिंटर संगणकाशी जोडले जाऊ शकतात.

अ] <u>खरे.</u>

ब] असत्य.

प्र.२५. फंक्शन की ऐवजी ज्या शॉर्टकट तयार करण्यासाठी वापरल्या जातात.

अ] टॉगल की.

ब] विशेष कळा.

क] <u>संयोजनकी.</u>

ड] संख्यात्मक की.

प्र.२६. फ्लॅटबेड स्कॅनरची काम करण्याची पद्धत बहुतेक फोटोकॉपी मशीनसारखीच असते.

अ] <u>खरे.</u>

ब] असत्य.

प्र.२७. मॉनिटर स्क्रीनवरील प्रतिमेच्या आउटपुटला सहसा सॉफ्ट कॉपी म्हणतात.

अ] <u>खरे.</u>

ब] असत्य.

प्र.२८. कोणता प्रिंटर कागदाच्या पृष्ठभागावर शाईचे लहान थेंब उच्च वेगाने फवारून डेटा किंवा प्रतिमा मुद्रित करतो?

अ] <u>इंकजेटप्रिंटर.</u>

ब] लेझर प्रिंटर.

C] डॉट मॅट्रिक्स प्रिंटर.

ड] ड्रम प्रिंटर.

प्र.29. खालीलपैकी कोणती की टॉगल की नाही?

अ] कॅप्स लॉक.

ब] संख्या लॉक.

क] स्क्रोल लॉक.

ड] <u>नियंत्रण.</u>

प्र.३०. कीबोर्ड की ज्यावर बाण असतात त्यांना म्हणतात.

अ] फंक्शन की.

ब] <u>नेव्हिगेशनकी.</u>

C] टाइपरायटर की.

ड] विशेष उद्देश की.

प्र.३१. A .... हे यंत्रासारखे प्रकाश संवेदनशील पेन आहे.

अ] <u>हलकापेन.</u>

ब] जॉय स्टिक.

C] टच स्क्रीन.

ड] यापैकी नाही.

प्र.३२. प्रिंटरद्वारे प्रतिमेच्या आउटपुटला बर्‍याचदा हार्ड कॉपी म्हणतात.

अ] <u>खरे.</u>

ब] असत्य.

प्र.३३. वेगवान संगणक गेम खेळण्यासाठी खालीलपैकी कोणते उपकरण वापरले जाते?

अ] <u>जॉयस्टिक.</u>

ब] स्पर्श पृष्ठभाग.

C] टच स्क्रीन.

ड] ट्रॅक बॉल.

प्र.१. डिस्कवरील ट्रॅक हा अनेक गोलाकार रिंग आकाराच्या क्षेत्रांपैकी एक आहे जिथे डेटा चुंबकीय पद्धतीने लिहिला जातो.

अ] <u>खरे.</u>

ब] असत्य.

Q.2. यापैकी कोणता फाइल कॉम्प्रेसिंग प्रोग्राम नाही?

अ] विन जि.प.

ब] पीके जि.प.

क] आरएआर जिंका.

ड] <u>RAID.</u>

Q.3. पारंपारिक फ्लॉपी डिस्क 1.44 MB 3.5 इंच डिस्क आहे.

अ] <u>खरे.</u>

ब] असत्य.

Q.4. .... सोनी कॉर्पोरेशनच्या डिस्कची क्षमता 200 MB किंवा 720 MB आहे.

अ] सुपर डिस्क.

ब] <u>HiFD डिस्क.</u>

C] झिप डिस्क.

ड] यापैकी नाही.

Q.5. फ्लॉपी डिस्क काडतुसे म्हणून ओळखल्या जाणार्‍या उच्च क्षमतेच्या डिस्क्स वेगाने पारंपारिक फ्लॉपी डिस्कची जागा घेत आहेत.

अ] <u>खरे.</u>

ब] असत्य.

प्र.६. .... डेटा गरजांचा अंदाज घेऊन हार्ड-डिस्क कार्यप्रदर्शन सुधारते.

A] <u>डिस्कपकडणे.</u>

ब] डिस्क डीफ्रॅगमेंट.

क] डिस्क लेखन.

ड] यापैकी नाही.

प्र.७. 3.5 फ्लॉपी डिस्क क्षमता .... आहे.

अ] <u>१.४४एमबी.</u>

ब] 1 एमबी.

C] 1.66 MB.

ड] 1.55 एमबी.

प्र.८. सुपर डिस्क्स इमेशनद्वारे तयार केल्या जातात आणि त्यांची क्षमता 120 MB किंवा 240 MB असते.

अ] <u>खरे.</u>

ब] असत्य.

प्र.९. CD-ROM चा अर्थ आहे.

अ] <u>कॉम्पॅक्टडिस्करीडऑन्लीमेमरी.</u>

B] कॉम्पॅक्ट डिस्क मेमरी एकदा वाचली.

C] CD-RW.

ड] यापैकी नाही.

प्र.१०............ प्रोग्राम्स जे तुमच्या कॉम्प्युटर सिस्टीमला व्हायरस किंवा इतर हानीकारक प्रोग्राम्सपासून वाचवतात.

अ] बॅकअप.

ब] <u>अँटीव्हायरस.</u>

क] विस्थापित करा.

ड] यापैकी नाही.

प्र.११. वर्तुळाच्या एका भागाला काय नाव दिले जाते ज्यावर स्टोरेज मीडियामध्ये डेटा लिहिला जातो?

मार्ग.

ब] क्षेत्र.

क] सिलेंडर.

ड] सर्पिल.

प्र.१२. CD-RW डिस्क म्हणजे.

अ] सीडी-पुनर्लेखनकरण्यायोग्य.

ब] सीडी-रेकॉर्डेबल.

C] CD-ROM.

ड] यापैकी नाही.

प्र.१३. .... हे ओमेगा द्वारे उत्पादित केले जाते आणि आजच्या मानक फ्लॉपी डिस्कच्या 500 पट जास्त क्षमता 100 MB, 250 MB किंवा 750 MB आहे.

अ] सुपर डिस्क.

ब] HiFD डिस्क.

C] झिपडिस्क.

ड] यापैकी नाही.

प्र.१४. प्राथमिक स्टोरेज अस्थिर आहे.

अ] खरे.

ब] असत्य.

प्र.१५. सोनी कॉर्पोरेशनच्या HiFD डिस्क्सची क्षमता 200 MB किंवा 720 MB आहे.

अ] खरे.

ब] असत्य.

Q.16.......... इमेशन द्वारे उत्पादित केले जातात आणि त्यांची क्षमता 120 MB किंवा 240 MB असते.

अ] सुपरडिस्क.

ब] HiFD डिस्क.

C] झिप डिस्क.

ड] यापैकी नाही.

प्र.१७. .... ही काढता येण्याजोगी स्टोरेज उपकरणे आहेत जी मोठ्या प्रमाणात माहिती साठवण्यासाठी वापरली जातात.

अ] हार्डडिस्कपॅक.

ब] सीडी.

C] फ्लॉपी डिस्क.

ड] यापैकी नाही.

प्र.१८. प्रत्येक ट्रॅक पाचर-आकाराच्या विभागांमध्ये विभागलेला असतो ज्याला सेक्टर म्हणतात.

अ] खरे.

ब] असत्य.

प्र.१९. स्टोरेज डिव्हाइस हे हार्डवेअर आहेत जे स्टोरेज मीडियामधून डेटा आणि प्रोग्राम वाचतात.

अ] खरे.

ब] असत्य.

प्र.२०. डिस्क लेबलवरील 2 HD म्हणजे.

अ] दोन बाजू, कमी घनता.

ब] दोनबाजूउच्चघनता.

C] एक बाजू उच्च घनता.

ड] यापैकी नाही.

Q.21............ डिस्कसची स्टोरेज क्षमता 120 MB आहे आणि ड्रायव्हर्स मानक 3.5" फ्लॉपी डिस्कवर डेटा वाचण्यास आणि संग्रहित करण्यास सक्षम आहेत.

अ] सुपरडिस्क्स.

ब] HiFD डिस्क.

C] झिप डिस्क.

ड] यापैकी नाही.

प्र.२२. झिप डिस्क्स ओमेगाद्वारे तयार केल्या जातात आणि सामान्यतः 100 MB, 250 MB किंवा 750 MB क्षमतेच्या 500 पट जास्त असतात जसे की आजच्या मानक फ्लॉपी डिस्कच्या तुलनेत.

अ] खरे.

ब] असत्य.

प्र.२३. CD-R चा अर्थ आहे.

अ] सीडी-रेकॉर्डेबल.

ब] सीडी-रनर.

C] CD-रिसीव्हर.

ड] यापैकी नाही.

प्र.२४. प्रत्येक ट्रॅक म्हणतात पाचर घालून घट्ट बसवणे-आकार विभागांमध्ये विभागलेला आहे.

मार्ग.

ब] क्षेत्र.

क] गोल.

ड] यापैकी नाही.

प्र.२५. हार्ड डिस्क पॅक हे काढता येण्याजोगे स्टोरेज उपकरणे आहेत ज्यांचा वापर मोठ्या प्रमाणावर माहितीसाठी केला जातो.

अ] खरे.

ब] असत्य.

प्र.२६. दुय्यम स्टोरेज अ-अस्थिर आहे.

अ] खरे.

ब] असत्य.

प्र.२७. फ्लॉपी डिस्क्स काढता येण्याजोग्या स्टोरेज मीडिया आहेत.

अ] खरे.

ब] असत्य.

1] वेबपेज चित्र प्रदर्शित करते] ते चित्र प्रदर्शित करण्यासाठी कोणता टॅग वापरला गेला?
चित्र

b] प्रतिमा

c] img

d] src

2] <b>टॅग संलग्न मजकूर ठळक करतो] मजकूर ठळक करण्यासाठी इतर टॅग कोणता आहे?

a] <strong>

b] <dar>

c] <काळा>

d] <emp>

3] टॅग आणि चाचणी जे थेट पृष्ठावर प्रदर्शित होत नाहीत ते _____ विभागात लिहिलेले आहेत]

a] <html>

b] <डोके>

c] <शीर्षक>

ड] <शरीर>

4] कोणता टॅग तुमच्या वेब पृष्ठावर क्षैतिजरित्या ओळ घालतो?

a] <hr>

b] <ओळ>

c] <लाइन दिशा="क्षैतिज">

d] <tr>

5] कोणत्याही HTML डॉक्युमेंटमध्ये पहिला टॅग कोणता असावा?

a] <head>

b] <शीर्षक>

c] <html>

ड] <दस्तऐवज>

6] कोणता टॅग तुम्हाला टेबलमध्ये एक पंक्ती जोडण्याची परवानगी देतो?

a] <td> आणि </td>

b] <cr> आणि </cr>

c] <th> आणि </th>

d] <tr> आणि </tr>

7] तुम्ही बुलेट केलेली यादी कशी बनवू शकता?

a] <सूची>

b] <nl>

c] <ul>

d] <ol>

८] तुम्ही क्रमांकित यादी कशी बनवू शकता?

a] <dl>

b] <ol>

c] <सूची>

ड] <ul>

9] तुम्ही ई-मेल लिंक कशी बनवू शकता?

a] <a href="xxx@yyy">

b] <mail href="xxx@yyy">

c] <mail>xxx@yyy</mail>

d] <a href="mailto:xxx@yyy">

10] हायपरलिंक बनवण्यासाठी योग्य HTML काय आहे?

a] <a href="http:// mcqsets]com">ICT Trends Quiz</a>

b] <a name="http://mcqsets]com">ICT Trends Quiz</a>

c] <http://mcqsets]com</a>

d] url="http://mcqsets]com">ICT Trends Quiz

11] मजकूर इटॅलिक करण्यासाठी योग्य HTML टॅग निवडा

a] <ii>

b] <तिरकस>

c] <तिरकस>

ड] <i>

12] मजकूर ठळक करण्यासाठी योग्य HTML टॅग निवडा?

a] <b>

b] <ठळक>

c] <bb>

d] <bld>

13] पार्श्वभूमी रंग जोडण्यासाठी योग्य HTML काय आहे?

a] <शरीराचा रंग="पिवळा">

b] <बॉडी bgcolor="पिवळा">

c] <background>पिवळा</background>

d] <बॉडी बॅकग्राउंड="पिवळा">

14] सर्वात लहान आकाराच्या शीर्षकासाठी योग्य HTML टॅग निवडा?

a] <शीर्षक>

b] <h6>

c] <h1>

d] <head>

15] लाइन ब्रेक घालण्यासाठी योग्य HTML टॅग कोणता आहे?

a]

b] <lb>

c] <ब्रेक>

ड] <नवीन रेखा>

१६] व्हलिंक विशेषता म्हणजे काय?

a] भेटदिलेलीलिंक

b] आभासी दुवा

c] खूप चांगली लिंक

ड] सक्रिय दुवा

17] एखाद्या घटकाला विशिष्ट नाव देण्यासाठी कोणते गुणधर्म वापरले जातात?

वर्ग

b] आयडी

c] बिंदू

ड] वरील सर्व

18] कोणता टॅग HTML मध्ये फॉर्मसाठी चेक बॉक्स तयार करतो?

a] <चेकबॉक्स>

b] <इनपुटप्रकार="चेकबॉक्स">

c] <input=checkbox>

d] <इनपुट चेकबॉक्स>

19] कॉम्बो बॉक्स (ड्रॉप डाउन बॉक्स) तयार करण्यासाठी तुम्ही कोणता टॅग वापराल?

a] <निवडा>

b] <सूची>

c] <इनपुट प्रकार="ड्रॉपडाउन">

ड] वरील सर्व

20] खालीलपैकी कोणता जोडी टॅग नाही?

a] <p>

b] < u >

c] <i>

d] <u><img></u>

21] HTML दस्तऐवज तयार करण्यासाठी तुम्हाला आवश्यक आहे

a] वेब पृष्ठ संपादन सॉफ्टवेअर

b] उच्च शक्तीचा संगणक

c] <u>फक्तएकनोटपॅडवापरतायेईल</u>

ड] वरीलपैकी काहीही नाही

22] HTML दस्तऐवजातील विशेष फॉरमॅटिंग कोड सामग्री सादर करण्यासाठी वापरले जातात

a] <u>टॅग</u>

b] विशेषता

c] मूल्ये

ड] वरीलपैकी काहीही नाही

23] HTML दस्तऐवज जतन केले आहेत

अ] विशेष बायनरी स्वरूप

b] मशीन भाषा कोड

c] <u>ASCII मजकूर</u>

ड] वरीलपैकी काहीही नाही

24] काही टॅग मजकूर संलग्न करतात] ते टॅग म्हणून ओळखले जातात

a] कपल टॅग

b] सिंगल टॅग

c] डबल टॅग

ड] <u>टॅगजोडणे</u>

25] _______ वर्ण ब्राउझरला मजकूर टॅग करणे थांबवण्यास सांगतो

अ] ?

b] ∠

c] >

ड] %

26] HTML दस्तऐवजात टॅग

a] मोठ्या अक्षरात लिहावे

b] लहान अक्षरात लिहावे

c] योग्य अक्षरात लिहावे

d] अप्परकेसकिंवालोअरकेसदोन्हीमध्येलिहितायेते

27] मार्की हा HTML मध्ये टॅग आहे

a] रांग राखण्यासाठी आयटमची यादी चिन्हांकित करा

b] मजकूर चिन्हांकित करा जेणेकरून तो ब्राउझरमध्ये लपविला जाईल

c] स्क्रोलिंगप्रभावासहमजकूरप्रदर्शितकरा

ड] वरीलपैकी काहीही नाही

28] HTML मध्ये _____ हेडिंग टॅग आहेत

अ] ४

ब] ५

c] 6

ड] ७

29] तुमच्या वेब पेजवर रिक्त ओळ तयार करण्यासाठी

a] दोन वेळा एंटर दाबा

b] Shift + Enter दाबा

c]
 टॅगघाला

d] <BLINE> घाला

३०] खालीलपैकी कोणता स्टाईल टॅग नाही?

a] <b>

b] <tt>

c] <i>

d] वरीलसर्वस्टाईलटॅगआहेत

31] ब्राउझर ज्या प्रकारे ऑब्जेक्ट प्रदर्शित करतो ते _____ द्वारे सुधारित केले जाऊ शकते

a] विशेषता

b] मापदंड

c] सुधारक

ड] वरीलपैकी काहीही नाही

32] खालीलपैकी कोणता HTML कोड वैध आहे?

a] <font colour="red">

b] <font color="red">

c] <red><font>

d] वरील सर्व स्टाईल टॅग आहेत

33] फॉन्ट टॅगशी संबंधित खालीलपैकी कोणती विशेषता आहे?

a] आकार

b] चेहरा

c] रंग

d] <u>वरीलसर्वस्टाईलटॅगआहेत</u>

34] HTML सपोर्ट करते

a] ऑर्डर केलेल्या याद्या

b] अक्रमित याद्या

c] <u>दोन्हीप्रकारच्यायाद्या</u>

d] त्या प्रकारांना समर्थन देत नाही

35] ऑर्डर केलेल्या यादीतील वैयक्तिक वस्तूंची यादी करण्यासाठी कोणता टॅग वापरला जातो?

a] <u>LI</u>

ब] ओएल

c] उल

ड] वरीलपैकी काहीही नाही

३६] IMG टॅगमधील चित्राच्या फाईलच्या नावासह पाथ कधी वापरावा?

a] मार्ग ऐच्छिक आहे आणि आवश्यक नाही

b] <u>जेव्हाइमेजफाइलआणि html फाईलचेस्थानभिन्नअसते</u>

c] जेव्हा इमेज फाइल आणि html फाईल दोन्ही एकाच ठिकाणी असतात

d] प्रतिमा घालताना पथ नेहमी आवश्यक असतो

37] खालीलपैकी कोणते वैध संरेखन गुणधर्म नाही?

a] डावा

b] बरोबर

c] <u>वर</u>

ड] वरील सर्व

38] ब्राउझरमध्ये इमेज लोड होत नसल्यास मजकूर प्रदर्शित करण्यासाठी img टॅगसह कोणती विशेषता वापरली जाते?

a] वर्णन

b] नाव

c] <u>alt</u>

ड] आयडी

39] पार्श्वभूमीचा रंग हिरवा सेट करण्यासाठी BODY टॅगसह कोणती विशेषता वापरली जाऊ शकते?

a] पार्श्वभूमी = "हिरवा"

b] bgcolor="हिरवा"

c] vlink="हिरवा"

ड] वरीलपैकी काहीही नाही

40] दोन सेल क्षैतिजरित्या विलीन करण्यासाठी तुम्ही TD टॅगसह कोणती विशेषता वापराल?

a] विलीन करा=colspan2

b] पंक्ती = 2

c] colspan=2

d] विलीन करा=पंक्ती2

४१] वेबपेज चित्र दाखवते] ते चित्र दाखवण्यासाठी कोणता टॅग वापरला होता?

चित्र

b] जादूगार

c] img

d] src

42] <b>टॅग संलग्न मजकूर ठळक करतो] मजकूर ठळक करण्यासाठी दुसरा टॅग कोणता आहे?

a] <strong>

b] <dar>

c] <काळा>

d] <emp>

43] टॅग आणि चाचणी जे थेट पृष्ठावर प्रदर्शित होत नाहीत ते _______ विभागात लिहिलेले आहेत]

a] <html>

b] <डोके>

c] <शीर्षक>

ड] <शरीर>

44] कोणता टॅग तुमच्या वेब पेजवर क्षैतिजरित्या ओळ घालतो?

a] <hr>

b] <ओळ>

c] <लाइन दिशा="क्षैतिज">

d] <tr>

45] कोणत्याही HTML डॉक्युमेंटमध्ये पहिला टॅग कोणता असावा?

a] <head>

b] <शीर्षक>

c] <html>

ड] <दस्तऐवज>

46] कोणता टॅग तुम्हाला टेबलमध्ये एक पंक्ती जोडण्याची परवानगी देतो?

a] <td> आणि </td>

b] <cr> आणि </cr>

c] <th> आणि </th>

d] <u><tr> आणि </tr></u>

47] तुम्ही बुलेट केलेली यादी कशी बनवू शकता?

a] <सूची>

b] <nl>

c] <u><ul></u>

d] <ol>

४८] तुम्ही क्रमांकित यादी कशी बनवू शकता?

a] <dl>

b] <u><ol></u>

c] <सूची>

ड] <ul>

49] तुम्ही ई-मेल लिंक कशी बनवू शकता?

a] <a href="xxx@yyy">

b] <mail href="xxx@yyy">

c] <mail>xxx@yyy</mail>

d] <u><a href="mailto:xxx@yyy"></u>

50] हायपरलिंक बनवण्यासाठी योग्य HTML काय आहे?

a] <u><a href="http://mcqsets]com">MCQ सेटक्विझ</a></u>

b] <a name="http://mcqsets]com">MCQ सेट क्विझ</a>

c] <http://mcqsets]com</a>

d] url="http://mcqsets]com">MCQ सेट क्विझ

1) CSS म्हणजे -

अ] कॅस्केड शैली पत्रके

ब] रंग आणि शैली पत्रके

क] <u>कॅस्केडिंगशैलीपत्रके</u>

ड] वरीलपैकी काहीही नाही

2) बाह्य शैली पत्रकाचा संदर्भ देण्यासाठी खालीलपैकी योग्य वाक्यरचना कोणती आहे?

A] <style src = example.css>

B] <style src = "example.css" >

C] <stylesheet> example.css </stylesheet>

D] <u><link rel="stylesheet" type="text/css" href="example.css"></u>

3) सीएसएस मधील गुणधर्म घटकाचा पार्श्वभूमी रंग बदलण्यासाठी वापरला जातो -

अ] bgcolor

ब] रंग

क] <u>पार्श्वभूमी-रंग</u>

ड] वरील सर्व

4) घटकाचा मजकूर रंग बदलण्यासाठी CSS मधील गुणधर्म वापरला जातो -

अ] bgcolor

ब] <u>रंग</u>

क] पार्श्वभूमी-रंग

ड] वरील सर्व

उत्तर कार्यक्षेत्र लपवा

5) घटकाचा फॉन्ट-आकार नियंत्रित करण्यासाठी वापरला जाणारा CSS गुणधर्म आहे -

अ] मजकूर-शैली

ब] मजकूर-आकार

क] <u>फॉन्ट-आकार</u>

ड] वरीलपैकी काहीही नाही

6) इनलाइन शैली परिभाषित करण्यासाठी HTML विशेषता वापरली जाते -

अ] <u>शैली</u>

ब] शैली

क] वर्ग

ड] वरीलपैकी काहीही नाही

7) अंतर्गत स्टाइलशीट परिभाषित करण्यासाठी वापरली जाणारी HTML विशेषता आहे -

अ] <u><शैली></u>

ब] शैली

क] <लिंक>

D] <script>

8) खालीलपैकी कोणती CSS गुणधर्म घटकाची पार्श्वभूमी प्रतिमा सेट करण्यासाठी वापरली जाते?

अ] पार्श्वभूमी-संलग्नक

ब] <u>पार्श्वभूमी-प्रतिमा</u>

क] पार्श्वभूमी-रंग

ड] वरीलपैकी काहीही नाही

9) सर्व परिच्छेद घटकांच्या पार्श्वभूमीचा रंग पिवळा करण्यासाठी खालीलपैकी योग्य वाक्यरचना कोणती आहे?

अ] p {पार्श्वभूमी-रंग: पिवळा;}

B] p {पार्श्वभूमी-रंग : #पिवळा;}

C] सर्व {पार्श्वभूमी-रंग: पिवळा;}

D] सर्व p {पार्श्वभूमी-रंग : #पिवळा;}

10) हायपरलिंक्स कोणत्याही अधोरेखित न करता प्रदर्शित करण्यासाठी खालीलपैकी योग्य वाक्यरचना कोणती आहे?

अ] एक {मजकूर-सजावट : अधोरेखित;}

ब] एक {सजावट : नो-अधोरेखित;}

C] a {मजकूर-सजावट: काहीहीनाही;}

ड] वरीलपैकी काहीही नाही

11) खालीलपैकी कोणता गुणधर्म पॅडिंग गुणधर्मांसाठी लघुलेखन गुणधर्म म्हणून वापरला जातो?

अ] पॅडिंग-डावे

ब] पॅडिंग-उजवीकडे

क] पॅडिंग

ड] वरील सर्व

12) मजकूर ठळक करण्यासाठी वापरला जाणारा CSS गुणधर्म आहे -

अ] फॉन्ट-वजन: ठळक

ब] वजन: ठळक

C] फॉन्ट: ठळक

ड] शैली: ठळक

13) पॅडिंग प्रॉपर्टीमध्ये नकारात्मक मूल्यांना परवानगी आहे का?

अ] होय

ब] नाही

क] सांगता येत नाही

ड] असू शकते

14) खालीलपैकी कोणता गुणधर्म मार्जिन गुणधर्मांचा लघुलेखन गुणधर्म म्हणून वापरला जातो?

अ] समास-डावीकडे

ब] समास-उजवीकडे

क] समास

ड] वरीलपैकी काहीही नाही

15) घटकाची पारदर्शकता निर्दिष्ट करण्यासाठी वापरली जाणारी CSS गुणधर्म आहे -

अ] <u>अपारदर्शकता</u>

ब] फिल्टर

क] दृश्यमानता

ड] आच्छादन

16) CSS वापरून मजकूराची सबस्क्रिप्ट निर्दिष्ट करण्यासाठी खालीलपैकी कोणता वापरला जातो?

अ] <u>उभ्या-संरेखित: उप</u>

ब] अनुलंब-संरेखित: सुपर

C] vertical-align: subscript

D] वरीलपैकी

17) खालीलपैकी कोणता CSS गुणधर्म घटकातील प्रत्येक अक्षरामधील जागा निर्दिष्ट करण्यासाठी वापरला जातो?

अ] अल्फा-अंतर

ब] वर्ण-अंतर

क] <u>अक्षर-अंतर</u>

ड] वर्णमाला-अंतर

18) मजकूर क्षैतिज किंवा उभ्या दिशेने लिहिला आहे की नाही हे निर्दिष्ट करण्यासाठी CSS गुणधर्म वापरतात?

अ] <u>लेखन-पद्धती</u>

ब] मजकूर-इंडेंट

क] शब्द-विराम

ड] वरीलपैकी काहीही नाही

19) वाक्यातील प्रत्येक शब्द मोठ्या अक्षराने सुरू करण्यासाठी CSS मध्ये खालीलपैकी कोणता वाक्यरचना बरोबर आहे?

अ] मजकूर शैली : भांडवल;

ब] रूपांतर : भांडवल करणे;

क] मजकूर-परिवर्तन : भांडवल;

D] <u>मजकूर-परिवर्तन : भांडवलकरणे;</u>

20) "उदाहरण" वर्गाचे नाव असलेले घटक कसे निवडायचे?

अ] उदाहरण

ब] #उदाहरण

क] <u>.उदाहरण</u>

ड] वर्ग उदाहरण

२१) div घटकातील सर्व परिच्छेद घटक निवडण्यासाठी खालीलपैकी योग्य वाक्यरचना कोणती?

अ] div p

ब] पु

C] div#p

D] div ~ p

22) div घटकाच्या p भावांची निवड करण्यासाठी खालीलपैकी योग्य वाक्यरचना कोणती आहे?

अ] पु

ब] div + p

क] div p

D] div ~ p

23) सीएसएस गुणधर्म सीमेबाहेरील घटकांभोवती रेषा काढण्यासाठी वापरतात?

अ] सीमा

ब] रूपरेषा

क] पॅडिंग

ड] ओळ

24) खालीलपैकी कोणता CSS गुणधर्म मजकूरात छाया जोडण्यासाठी वापरला जातो?

अ] मजकूर-छाया

ब] मजकूर-स्ट्रोक

क] मजकूर-ओव्हरफ्लो

ड] मजकूर-सजावट

25) खालीलपैकी कोणते CSS मधील फॉन्ट-व्हेरिएंट गुणधर्माचे मूल्य नाही?

अ] सामान्य

ब] स्मॉल-कॅप्स

क] मोठ्याटोप्या

ड] वारसा

26) खालीलपैकी कोणता CSS गुणधर्म हे स्पष्ट करण्यासाठी वापरला जातो की टेबल सेल सामायिक आहेत की स्वतंत्र सीमा?

अ] सीमा-संकुचित

ब] सीमा-त्रिज्या

क] सीमा-अंतर

ड] वरीलपैकी काहीही नाही

27) गोलाकार किनारी किंवा घटकाभोवती गोलाकार कोपरे बनवण्यासाठी वापरण्यात येणारी CSS गुणधर्म म्हणजे -

अ] सीमा-संकुचित

ब] <u>सीमा-त्रिज्या</u>

क] सीमा-अंतर

ड] वरीलपैकी काहीही नाही

28) टेबलमधील समीप सेलच्या सीमांमधील अंतर सेट करण्यासाठी वापरला जाणारा CSS गुणधर्म आहे -

अ] सीमा-संकुचित

ब] सीमा-त्रिज्या

क] <u>सीमा-अंतर</u>

ड] वरीलपैकी काहीही नाही

29) CSS मधील खालीलपैकी कोणता निवडकर्ता निवडकांशी जुळणारे घटक निवडण्यासाठी वापरला जातो?

अ] :! निवडकर्ता

ब] : <u>निवडकर्तानाही</u>

C] : रिक्त निवडक

ड] वरीलपैकी काहीही नाही

30) खालीलपैकी कोणता संयोजक प्रकार नाही?

अ] >

ब] ~

क] +

ड] <u>*</u>

31) खालीलपैकी कोणता CSS गुणधर्म परिभाषित करतो की प्रतिमा किंवा व्हिडिओ स्थापित उंची आणि रुंदीच्या कंटेनरमध्ये कसा बसतो?

अ] <u>वस्तु-फिट</u>

ब] वस्तु-स्थिती

क] स्थिती

ड] वरीलपैकी काहीही नाही

32) खालील कोडमध्ये कोणत्या प्रकारचा CSS वापरला आहे?

<p style="border:2px घन लाल;">

अ] <u>इनलाइन CSS</u>

ब] अंतर्गत CSS

C] बाह्य CSS

ड] वरीलपैकी काहीही नाही

33) खालीलपैकी कोणती CSS गुणधर्म पार्श्वभूमी-प्रतिमेचे मूळ निर्दिष्ट करते?

अ] <u>पार्श्वभूमी-उत्पत्ति</u>

ब] पार्श्वभूमी-संलग्नक

क] पार्श्वभूमी-आकार

ड] वरीलपैकी काहीही नाही

34) घटकाच्या सामग्री बॉक्सची कमाल रुंदी सेट करण्यासाठी वापरली जाणारी CSS गुणधर्म आहे -

अ] <u>कमाल-रुंदीगुणधर्म</u>

ब] उंची गुणधर्म

C] कमाल-उंची गुणधर्म

ड] स्थिती गुणधर्म

35) जर खालील CSS फंक्शन आपल्याला आकडेमोड करू देत असेल तर?

अ] <u>कॅल्क() फंक्शन</u>

B] कॅल्क्युलेटर() फंक्शन

C] गणना() फंक्शन

D] cal() फंक्शन

36) घटकाच्या सामग्री बॉक्सची कमाल उंची सेट करण्यासाठी वापरली जाणारी CSS गुणधर्म आहे -

अ] कमाल-रुंदी गुणधर्म

ब] उंची गुणधर्म

C] <u>कमाल-उंचीगुणधर्म</u>

ड] स्थिती गुणधर्म

37) घटकाच्या सामग्री बॉक्सची किमान रुंदी सेट करण्यासाठी वापरली जाणारी CSS गुणधर्म आहे -

अ] कमाल-रुंदी गुणधर्म

ब] <u>किमान-रुंदीगुणधर्म</u>

क] रुंदी गुणधर्म

ड] वरील सर्व

38) खालीलपैकी कोणता CSS गुणधर्म वापरकर्त्याला दिसत नसलेल्या ओव्हरफ्लो केलेल्या मजकुराचे प्रतिनिधित्व करण्यासाठी वापरला जातो?

अ] मजकूर-छाया

ब] मजकूर-स्ट्रोक

क] <u>मजकूर-ओव्हरफ्लो</u>

ड] मजकूर-सजावट

39) CSS गुणधर्म जी तुमच्या सामग्रीच्या दोन ओळींमधील फरक सेट परिभाषित करण्यासाठी वापरली जाते -

अ] किमान-उंची गुणधर्म

ब] कमाल-उंची गुणधर्म

क] रेषा-उंचीगुणधर्म

ड] वरीलपैकी काहीही नाही

40) CSS गुणधर्म जी तुमच्या सामग्रीच्या दोन ओळींमधील फरक सेट परिभाषित करण्यासाठी वापरली जाते -

अ] किमान-उंची गुणधर्म

ब] कमाल-उंची गुणधर्म

क] रेषा-उंचीगुणधर्म

ड] वरीलपैकी काहीही नाही

४१) खालीलपैकी कोणता CSS गुणधर्म मजकूरात स्ट्रोक जोडण्यासाठी वापरला जातो?

अ] मजकूर-स्ट्रोकगुणधर्म

ब] मजकूर-परिवर्तन गुणधर्म

क] मजकूर-सजावट गुणधर्म

ड] वरीलपैकी काहीही नाही

४२) घटकाच्या प्रत्येक पार्श्वभूमी स्तरासाठी ब्लेंड मोड सेट करण्यासाठी खालीलपैकी कोणती CSS प्रॉपर्टी वापरली जाते?

अ] पार्श्वभूमी-मिश्रण-मोडगुणधर्म

ब] पार्श्वभूमी-संकुचित गुणधर्म

C] पार्श्वभूमी-परिवर्तन गुणधर्म

ड] पार्श्वभूमी-उत्पत्ति गुणधर्म

43) घटकाची पारदर्शकता निर्दिष्ट करण्यासाठी वापरली जाणारी CSS गुणधर्म आहे -

अ] घिरट्या घालणे

ब] अपारदर्शकता

क] क्लिअरफिक्स

ड] आच्छादन

44) टेबल-सेल बॉक्स किंवा ब्लॉक एलिमेंटचे क्षैतिज संरेखन सेट करण्यासाठी खालीलपैकी कोणता CSS गुणधर्म वापरला जातो?

अ] मजकूर-संरेखितगुणधर्म

ब] मजकूर-परिवर्तन गुणधर्म

क] मजकूर-सावली गुणधर्म

ड] मजकूर-सजावट

४५) फॉन्टच्या डीफॉल्ट रुंदीशी तुलना करता मजकूर रुंद किंवा अरुंद सेट करण्यासाठी वापरला जाणारा CSS गुणधर्म म्हणजे -

अ] फॉन्ट-स्ट्रेचगुणधर्म

ब] फॉन्ट-वजन गुणधर्म

C] मजकूर-परिवर्तन गुणधर्म

ड] फॉन्ट-व्हेरिएंट गुणधर्म

46) अवतरण चिन्हाचा प्रकार निर्दिष्ट करण्यासाठी खालीलपैकी कोणता CSS गुणधर्म वापरला जातो?

अ] कोट्सप्रॉपर्टी

ब] z-इंडेक्स गुणधर्म

C] हायफन्स गुणधर्म

ड] वरीलपैकी काहीही नाही

47) ग्रिड कंटेनरमध्ये फ्लेक्स आयटमचा क्रम निर्दिष्ट करण्यासाठी वापरला जाणारा CSS गुणधर्म आहे -

अ] ऑर्डरमालमत्ता

ब] फ्लोट मालमत्ता

क] ओव्हरफ्लो गुणधर्म

ड] वरीलपैकी काहीही नाही

48) मजकूराच्या ब्लॉकमध्ये पहिल्या ओळीचे इंडेंटेशन सेट करण्यासाठी वापरलेली CSS गुणधर्म आहे -

अ] मजकूर-इंडेंटगुणधर्म

ब] मजकूर-स्ट्रोक गुणधर्म

क] मजकूर-सजावट गुणधर्म

डी] मजकूर-ओव्हरफ्लो गुणधर्म

49) खालीलपैकी कोणती CSS प्रॉपर्टी क्लिपिंग तयार करते क्षेत्र आणि घटकाचे दृश्य क्षेत्र निर्दिष्ट करते?

अ] दृश्यमानता गुणधर्म

ब] पार्श्वभूमी-क्लिप गुणधर्म

C] क्लिप-पाथगुणधर्म

ड] वरीलपैकी काहीही नाही

५०) मजकुरावर ओळ देण्यासाठी योग्य वाक्यरचना आहे -

अ] मजकूर-सजावट: ओळ-माध्यमातून

ब] मजकूर-सजावट: काहीही नाही

क] मजकूर-सजावट: ओव्हरलाइन

ड] मजकूर-सजावट: अधोरेखित

1] JavaScript आणि Java यांना समान नाव का आहे?

A] JavaScript ही Java ची स्ट्रिप-डाउन आवृत्ती आहे

ब] JavaScript चेवाक्यररचनाजावावरआधारितआहे

क] ते दोघेही जावा बेटावर उगम पावले

ड] वरीलपैकी काहीही नाही

2] जेव्हा वापरकर्ता JavaScript प्रोग्राम असलेले पृष्ठ पाहतो तेव्हा कोणते मशीन प्रत्यक्षात स्क्रिप्ट कार्यान्वित करते?

अ] वेबब्राउझरचालवणारीवापरकर्त्याचीमशीन

B] वेब सर्व्हर

C] नेटस्केपच्या कॉर्पोरेट कार्यालयांमध्ये खोलवर असलेले मध्यवर्ती मशीन

ड] वरीलपैकी काहीही नाही

3] _______ JavaScript ला क्लायंट-साइड JavaScript देखील म्हणतात]

अ] मायक्रोसॉफ्ट

ब] नेव्हिगेटर

क] LiveWire

ड] मूळ

4] _________ JavaScript ला सर्व्हर-साइड JavaScript असेही म्हणतात]

अ] मायक्रोसॉफ्ट

ब] नेव्हिगेटर

क] LiveWire

ड] मूळ

5] JavaScript प्रोग्राम्समध्ये व्हेरिएबल्स कशासाठी वापरले जातात?

अ] संख्या, तारखाकिंवाइतरमूल्येसाठवणे

ब] यादृच्छिकपणे बदलणारे

C] हायस्कूल बीजगणित फ्लॅशबॅक होऊ

ड] वरीलपैकी काहीही नाही

6] _______ HTML पृष्ठामध्ये एम्बेड केलेली JavaScript विधाने माउस-क्लिक, फॉर्म इनपुट आणि पृष्ठ नेव्हिगेशन सारख्या वापरकर्त्याच्या इव्हेंटला प्रतिसाद देऊ शकतात]

अ] क्लायंट-बाजू

ब] सर्व्हर-साइड

क] स्थानिक

ड] मूळ

7] तुमच्या JavaScript च्या अगदी शेवटी काय दिसले पाहिजे?

<script LANGUAGE="JavaScript">टॅग

अ] द</script>

ब] द <script>

C] END विधान

ड] वरीलपैकी काहीही नाही

8] क्लायंट-साइड JavaScript सह खालीलपैकी कोणते केले जाऊ शकत नाही?

अ] फॉर्म प्रमाणित करणे

B] ईमेलद्वारे फॉर्मची सामग्री पाठवणे

C] <u>फॉर्मचीसामग्रीसर्व्हरवरीलडेटाबेसफाइलमध्येसंग्रहितकरणे</u>

ड] वरीलपैकी काहीही नाही

9] JavaScript मधील फंक्शन्सची क्षमता खालीलपैकी कोणती आहे?

अ] मूल्य परत करा

ब] पॅरामीटर्स स्वीकारा आणि मूल्य परत करा

क] <u>मापदंडस्वीकारा</u>

ड] वरीलपैकी काहीही नाही

10] खालीलपैकी कोणते जावास्क्रिप्ट व्हेरिएबलचे वैध नाव नाही?

अ] <u>2 नावे</u>

ब] _पहिले_आणि_आडनावे

क] प्रथम आणि शेवटचे

ड] वरीलपैकी काहीही नाही

11] ______ टॅग हा एचटीएमएलचा विस्तार आहे जो कितीही जावास्क्रिप्ट विधाने संलग्न करू शकतो]

अ] <u><स्क्रिप्ट></u>

ब] <शरीर>

क] <हेड>

डी] <शीर्षक>

12] JavaScript तारखा तारखा कशा संग्रहित करते?

अ] <u>1 जानेवारी 1970 पासूनमिलिसेकंदांचीसंख्या</u>

ब] १ जानेवारी १९०० पासून दिवसांची संख्या

C] नेटस्केपच्या सार्वजनिक स्टॉक ऑफरपासून सेकंदांची संख्या]

ड] वरीलपैकी काहीही नाही

13] खालीलपैकी कोणता गुणधर्म JavaScript आवृत्ती धारण करू शकतो?

अ] <u>भाषा</u>

ब] स्क्रिप्ट

क] आवृत्ती

ड] वरीलपैकी काहीही नाही

14] "Hello World" लिहिण्यासाठी योग्य JavaScript वाक्यरचना कोणती?

अ] सिस्टम] आऊट] प्रिंट ("हॅलो वर्ल्ड")

B] println ("हॅलो वर्ल्ड")

C] दस्तऐवज] लिहा ("हॅलोवर्ल्ड")

D] प्रतिसाद] लिहा("हॅलो वर्ल्ड")

15] LANGUAGE विशेषता दर्शवण्यासाठी खालीलपैकी कोणता मार्ग वापरला जाऊ शकतो?

अ] <LANGUAGE="JavaScriptVersion">

B] <SCRIPT LANGUAGE="JavaScriptVersion">

C]   <SCRIPT   LANGUAGE="JavaScriptVersion">   JavaScript विधाने...</SCRIPT>

D]   <SCRIPT   LANGUAGE="JavaScriptVersion"!>   JavaScript विधाने...</SCRIPT>

16] आपण JavaScript कोणत्या HTML घटकामध्ये ठेवतो?

अ] <js>

ब] <स्क्रिप्टिंग>

C] <script>

डी] <javascript>

17] "abc]js" नावाच्या बाह्य लिपीचा संदर्भ देण्यासाठी योग्य वाक्यरचना कोणती?

अ] <script href=" abc]js">

B] <script name=" abc]js">

C] <script src=" abc]js">

ड] वरीलपैकी काहीही नाही

18] JavaScript सह कोणत्या प्रकारचे प्रतिमा नकाशे वापरले जाऊ शकतात?

अ] सर्व्हर-साइड प्रतिमा नकाशे

B] क्लायंट-साइडप्रतिमानकाशे

C] सर्व्हर-साइड प्रतिमा नकाशे आणि क्लायंट-साइड प्रतिमा नकाशे

ड] वरीलपैकी काहीही नाही

19] खालीलपैकी कोणते नेव्हिगेटर ऑब्जेक्ट गुणधर्म नेटस्केप आणि IE दोन्हीमध्ये समान आहेत?

अ] नेव्हिगेटर] appCodeName

ब] नेव्हिगेटर] ऑपचे नाव

C] नेव्हिगेटर] ऑप आवृत्ती

ड] वरीलपैकी काहीही नाही

20] JavaScript ॲरे लिहिण्याचा योग्य मार्ग कोणता आहे?

A] var txt = नवीन ॲरे(1:"tim", 2:"kim", 3:"jim")

B] var txt = नवीन Array:1=("tim")2=("kim")3=("jim")

C] var txt = नवीनॲरे("टिम","किम","जिम")

D] var txt = नवीन Array="tim","kim","jim"

21] <noscript> टॅग काय करतो?

अ] नॉन-जावास्क्रिप्टब्राउझरद्वारेप्रदर्शितकरण्यासाठीमजकूरसंलग्नकरा

B] पृष्ठावरील स्क्रिप्ट कार्यान्वित होण्यापासून प्रतिबंधित करते

C] काही कमी-बजेट चित्रपटांचे वर्णन

ड] वरीलपैकी काहीही नाही

22] पॅरा1 हा परिच्छेदासाठी DOM ऑब्जेक्ट असल्यास, परिच्छेदातील मजकूर बदलण्यासाठी योग्य वाक्यरचना कोणती आहे?

अ] "नवीन मजकूर"?

B] para1]value="नवीनमजकूर";

C] para1]firstChild]nodeValue = "नवीन मजकूर";

D] para1]nodeValue="नवीन मजकूर";

23] JavaScript घटक ______ ने सुरू होतात आणि ___________ ने समाप्त होतात

अ] अर्धविराम, कोलन

ब] अर्धविराम, अँपरसँड

क] अँपरसँड, कोलन

ड] अँपरसँड, अर्धविराम

24] खालीलपैकी कोणते जावास्क्रिप्टचे उत्तम वर्णन करते?

अ] निम्न-स्तरीय प्रोग्रामिंग भाषा

B] ब्राउझरमध्ये पूर्वसंकलित केलेली स्क्रिप्टिंग भाषा

C] एक संकलित स्क्रिप्टिंग भाषा

डी] एकऑब्जेक्टओरिएंटेडस्क्रिप्टिंगभाषा

25] सर्व्हर-साइड JavaScript ऑब्जेक्ट निवडा?

अ] फाइलअपलोड

ब] कार्य

क] फाइल

ड] तारीख

26] क्लायंट-साइड JavaScript ऑब्जेक्ट निवडा?

अ] डेटाबेस

ब] कर्सर

क] ग्राहक

ड] फाइलअपलोडकरा

27] खालीलपैकी कोणता JavaScript ऑपरेटर मानला जात नाही?

अ] नवीन

ब] हे

क] हटवा

ड] प्रकार

28] _______पद्धत निर्दिष्ट ऑब्जेक्टच्या संदर्भात JavaScript कोडच्या स्ट्रिंगचे मूल्यांकन करते]

अ] इव्हल

ब] पार्सइंट

क] पार्सफ्लोट

ड] वाहणे

29] फॉर्म घटक फोकस गमावतो तेव्हा खालीलपैकी कोणती घटना सुरू होते: <button>, <input>, <label>, <select>, <textarea>?

अ] फोकस

ब] अस्पष्ट

सी] वर क्लिक करा

ड] ondblclick

३०] इव्हलची वाक्यरचना _________________ आहे

A] [objectName]eval(संख्यात्मक)

B] [objectName]eval(स्ट्रिंग)

C] [EvalName]eval(स्ट्रिंग)

D] [EvalName]eval(संख्यात्मक)

31] JavaScript चा अर्थ _________ द्वारे केला जातो

अ] ग्राहक

ब] सर्व्हर

क] वस्तु

ड] वरीलपैकी कांहीही नाही

32] _______ विधान वापरणे म्हणजे तुम्ही विशिष्ट स्थितीसाठी कशी चाचणी करता]

अ] निवडा

ब] जर

क] स्विच

ड] साठी

33] if स्टेटमेंटची रचना खालीलपैकी कोणती आहे?

अ] जर (सशर्त अभिव्यक्ती सत्य आहे) तर हा कोडएंड जर चालवा

B] जर (सशर्त अभिव्यक्ती सत्य आहे) जर हा कोडएंड कार्यान्वित करा

C] जर (सशर्तअभिव्यक्तीसत्यअसेल) {तरहाकोडकार्यान्वितकरा>-->}

D] जर (सशर्त अभिव्यक्ती सत्य असेल) तर {हा कोड चालवा}

34] JavaScript मध्ये Date ऑब्जेक्ट कसा तयार करायचा?

A] dateObjectName = नवीनतारीख([पॅरामीटर्स])

B] dateObjectName.new Date([मापदंड])

C] dateObjectName := नवीन तारीख([मापदंड])

D] dateObjectName Date([मापदंड])

35] ॲरे ऑब्जेक्टची _________ पद्धत ॲरेमधील घटक जोडते आणि/किंवा काढून टाकते]

अ] उलट

ब] शिफ्ट

क] तुकडा

ड] स्प्लिस

36] सर्व क्लिक इव्हेंट्स कॅप्चर करण्यासाठी विंडो सेट करण्यासाठी, आम्ही खालीलपैकी कोणते विधान वापरतो?

A] window.captureEvents(Event.CLICK);

ब] window.handleEvents (Event.CLICK);

C] window.routeEvents(Event.CLICK);

D] window.raiseEvents(Event.CLICK);

37] नेटस्केपमध्ये कोणता टॅग माउस इव्हेंट हाताळू शकतो?

अ] <IMG>

ब] <अ>

क]

ड] वरीलपैकी काहीही नाही

38] _____________ ही विंडो ऑब्जेक्टची कलंकित गुणधर्म आहे

अ] पथनाव

ब] प्रोटोकॉल

सी] डीफॉल्टस्थिती

ड] यजमान

39] डेटा कलंक सक्षम करण्यासाठी, अंतिम वापरकर्ता _________ पर्यावरण व्हेरिएबल सेट करतो]

अ] ENABLE_TAINT

ब] MS_ENABLE_TAINT

C] NS_ENABLE_TAINT

D] ENABLE_TAINT_NS

40] JavaScript मध्ये, _________ हे लक्ष्य भाषेच्या डेटा प्रकाराचे एक ऑब्जेक्ट आहे जे स्त्रोत भाषेच्या ऑब्जेक्टला संलग्न करते]

अ] एकआवरण

ब] एक दुवा

C] एक कर्सर

ड] एक फॉर्म

41] जेव्हा JavaScript ऑब्जेक्ट Java ला पाठवले जाते, तेव्हा रनटाइम इंजिन _________ प्रकाराचे जावा रॅपर तयार करते.

अ] ScriptObject

ब] ISO ऑब्जेक्ट

C] JavaObject

ड] नोकरी

42] _________ वर्ग JavaScript पद्धर्तींचा वापर करण्यासाठी आणि JavaScript गुणधर्म तपासण्यासाठी इंटरफेस प्रदान करतो]

अ] ScriptObject

ब] ISO ऑब्जेक्ट

C] JavaObject

ड] नोकरी

43] _________ एक गुंडाळलेला Java अरे आहे, जावास्क्रिप्ट कोडमधून प्रवेश केला जातो]

अ] JavaArray

ब] जावाक्लास

C] JavaObject

ड] JavaPackage

44] _________ ऑब्जेक्ट हा Java पॅकेजमधील एका वर्गाचा संदर्भ असतो, जसे की नेटस्केप]javascript]

अ] JavaArray

ब] जावाक्लास

C] JavaObject

ड] JavaPackage

45] JavaScript अपवाद जावा कोडसाठी ___________ चे उदाहरण म्हणून उपलब्ध आहे

अ] netscape.javascript.JSObject

ब] netscape.javascript.JSException

C] netscape.plugin.JSException

ड] वरीलपैकी काहीही नाही

46] JavaScript एरर आल्यावर कन्सोल आपोआप उघडण्यासाठी खालीलपैकी कोणते prefs]js मध्ये जोडले आहे?

अ] user_pref(" javascript]console]open_on_error", असत्य);

B] user_pref("javascript.console]open_error ", true);

C] user_pref("javascript.console]open_error ", false);

D] user_pref("javascript.console]open_on_error", true);

47] प्रत्येक वेळी एरर आल्यावर डायलॉग बॉक्स उघडण्यासाठी खालीलपैकी कोणते prefs]js मध्ये जोडले जाते?

अ] user_pref("javascript]classic.error_alerts", true);

B] user_pref("javascript]classic.error_alerts ", असत्य);

C] user_pref("javascript]console.open_on_error ", true);

D] user_pref("javascript]console.open_on_error ", असत्य);

48] बटन ऑब्जेक्टमधील ब्लर पद्धतीची वाक्यरचना _____________ आहे

अ] अस्पष्ट()

B] अस्पष्ट (कॉन्ट्रास्ट)

C] अस्पष्ट (मूल्य)

D] अस्पष्टता (खोली)

49] दस्तऐवज ऑब्जेक्टसाठी कॅप्चर इव्हेंट पद्धतीची वाक्यरचना _____________ आहे

A] कॅप्चर इव्हेंट्स()

B] कॅप्चर इव्हेंट्स (आर्ग्स इव्हेंट प्रकार)

C] कॅप्चरइव्हेंट्स(इव्हेंटप्रकार)

डी] कॅप्चर इव्हेंट्स(इव्हेंटव्हल)

५०] दस्तऐवज ऑब्जेक्टसाठी क्लोज पद्धतीचा वाक्यरचना _____________ आहे

अ] बंद (doC]

B] बंद (वस्तू)

C] बंद (val)

D] बंदकरा()

1] प्रोग्रामिंग वातावरण जे एका विंडोमधून कोडिंग, संकलन, रनिंग आणि डीबगिंगला परवानगी देते

(a) एकात्मिकविकासपर्यावरण (IDE)

(b) संपादक

(c) हायलाइटर

(d) कंपाइलर

2] VBA चे IDE समर्थन करते कारण ते वापरकर्ता इंटरफेसच्या डिझाइनसाठी ड्रॅग आणि ड्रॉप करण्याच्या पद्धतीला परवानगी देते

(a) प्रक्रियात्मक दृष्टीकोन

(b) उलट दृष्टीकोन

(c) जलदअनुप्रयोगविकास (RAD)

(d) पोस्टफिक्स दृष्टीकोन

3] स्प्रेडशीटमधील डेटाची VBA परवानगी

(a) वाचन

(b) लेखन

(c) वाचनआणिलेखनदोन्ही

(d) वाचन किंवा लेखन नाही

4] VBA तयार वापरकर्ता इंटरफेस सारख्या घटकांना समर्थन देते

(a) UserForm, CommandButton

(b) लेबल, टेक्स्टबॉक्स, कॉम्बोबॉक्स, लिस्टबॉक्स

(c) TabStrip, OptionButton, ToggleButton

(d) तेसर्व

5] VBA क्लास मॉड्युलद्वारे सपोर्ट करते

(a) ऑब्जेक्टओरिएंटेडप्रोग्रामिंगसिस्टम (OOPS)

(b) प्रक्रियात्मक प्रोग्रामिंग

(c) कार्यात्मक प्रोग्रामिंग

(d) मालमत्ता आधारित मॉडेल

6] VBA चा वापर MS Excel द्वारे स्वयंचलित करण्यासाठी केला जाऊ शकतो

(a) डेटा प्रोसेसिंग

(b) आलेख

(c) सेल मूल्यांमध्ये प्रवेश करणे

(d) तेसर्व

7] VBA कोड कोड नावाच्या इंटरमीडिएट कोडमध्ये संकलित केला जातो

(a) पी-कोड

(b) मायक्रोसॉफ्ट इंटरमीडिएट कोड (MSIL)

(c) Java व्हर्च्युअल मशीन (JVM) कोड

(d) Android Virtual Device (AVD) कोड

8] एमएस एक्सेल VBA कोड कार्यान्वित करण्यासाठी तयार करते

(a) रिअल टाइम संगणक

(b) मोबाईल संगणक

(c) टॅबलेट संगणक

(d) व्हायरलमशीन

9] _______ हा MS Excel वरून VBA IDE उघडण्याचा शॉर्टकट आहे

(a) Alt+F11

(b) Alt+F8

(c) Ctrl+Break

(d) Ctrl+G

10] _______ हा VBA IDE मध्ये तात्काळ विंडो उघडण्याचा शॉर्टकट आहे

(a) Alt+F11

(b) Alt+F8

(c) Ctrl+Break

(d) Ctrl+G

11] _______ हा मॅक्रोची यादी उघडण्याचा शॉर्टकट आहे

(a) Alt+F11

(b) Alt+F8

(c) Ctrl+ ब्रेक

(d) Ctrl+ G

12] VBA IDE मधील प्रोग्राम्सची अंमलबजावणी थांबवण्याचा शॉर्टकट आहे

(a) Alt+F11

(b) Alt+F8

(c) Ctrl+ ब्रेक

(d) Ctrl+ G

13] _______ हा VBA IDE मधील निवडलेल्या घटकाशी संबंधित माहिती प्रदर्शित करण्याचा शॉर्टकट आहे

(a) Ctrl+I

(b) Ctrl+J

(c) Ctrl+R

(d) Ctrl+Shift+I

14] _______ हा VBA IDE मधील घटकाचे गुणधर्म आणि पद्धतींचा शॉर्टकट आहे

(a) Ctrl+ I

(b) <u>Ctrl+ J</u>

(c) Ctrl+ R

(d) Ctrl+ Shift+ I

15] ________ हा VBA IDE मध्ये प्रोजेक्ट एक्सप्लोरर प्रदर्शित करण्याचा शॉर्टकट आहे

(a) Ctrl+ I

(b) Ctrl+ J

(c) <u>Ctrl+ R</u>

(d) Ctrl+ Shift+ I

16] ______ हा VBA IDE मधील निवडलेल्या घटकासाठी पॅरामीटर माहिती प्रदर्शित करण्यासाठी शॉर्टकट आहे

(a) Ctrl +I

(b) Ctrl+ J

(c) Ctrl+ R

(d) <u>Ctrl+ Shift+ I</u>

17] ________ हा VBA IDE मध्ये ब्रेकपॉइंट जोडण्याचा शॉर्टकट आहे

(a) <u>F9</u>

(b) F5

(c) F1

(d) F2

18] ______ हा VBA IDE मध्ये ऑब्जेक्ट ब्राउझर प्रदर्शित करण्यासाठी शॉर्टकट आहे

(a) F9

(b) F5

(c) F1

(d) <u>F2</u>

19] ________ हा VBA IDE मधील गुणधर्म विंडो प्रदर्शित करण्याचा शॉर्टकट आहे

(a) <u>F4</u>

(b) F5

(c) F1

(d) F2

20] __________ रचना तीन किंवा अधिक पर्यायांचा समावेश असलेल्या निर्णयासाठी उपयुक्त आहे

अ) स्विच

b) <u>केसनिवडा</u>

c) कार्य

ड) यादी

21] VBA मध्ये कोडिंग, संकलन, रनिंग आणि डीबगिंग वातावरण आहे

(a) एकात्मिकविकासपर्यावरण (IDE)

(b) संपादक

(c) हायलाइटर

(d) कंपाइलर

22] VBA मध्ये, Asc हे फंक्शन दिलेल्या कॅरेक्टर व्हॅल्यूला______ सिस्टीममधील संख्यात्मक कोडमध्ये रूपांतरित करते

(a) अमेरिकनस्टँडर्डकोडफॉरइन्फॉर्मेशनइंटरचेंज (ASCII)

(b) डबल बाइट कॅरेक्टर सेट (DBCS)

(c) युनिकोड

(d) त्यापैकी एकही नाही

23] VBA मध्ये, AscB हे फंक्शन ______सिस्टीममध्ये दिलेल्या वर्ण मूल्याचे संख्यात्मक कोडमध्ये रूपांतरित करते]

(a) अमेरिकन स्टँडर्ड कोड फॉर इन्फॉर्मेशन इंटरचेंज (ASCII)

(b) डबलबाइटकॅरेक्टरसेट (DBCS)

(c) युनिकोड

(d) त्यापैकी एकही नाही

24] VBA मध्ये, AscW हे फंक्शन ________ सिस्टीममध्ये दिलेल्या वर्ण मूल्याला संख्यात्मक कोडमध्ये रूपांतरित करते.

(a) अमेरिकन स्टँडर्ड कोड फॉर इन्फॉर्मेशन इंटरचेंज (ASCII)

(b) डबल बाइट कॅरेक्टर सेट (DBCS)

(c) युनिकोड

(d) त्यापैकी एकही नाही

25] VBA मध्ये, फंक्शन Chr दिलेल्या संख्यात्मक मूल्याला ________ सिस्टीममधील वर्ण मूल्यामध्ये रूपांतरित करते.

(a) अमेरिकनस्टँडर्डकोडफॉरइन्फॉर्मेशनइंटरचेंज (ASCII)

(b) डबल बाइट कॅरेक्टर सेट (DBCS)

(c) युनिकोड

(d) त्यापैकी एकही नाही

26] VBA मध्ये, फंक्शन ChrB दिलेल्या संख्यात्मक मूल्याला ______ सिस्टीममधील वर्ण मूल्यामध्ये रूपांतरित करते]

(a) अमेरिकन स्टँडर्ड कोड फॉर इन्फॉर्मेशन इंटरचेंज (ASCII)

(b) डबलबाइटकॅरेक्टरसेट (DBCS)

(c) युनिकोड

(d) त्यापैकी एकही नाही

27] VBA मध्ये, क्र.

(a) अमेरिकन स्टँडर्ड कोड फॉर इन्फॉर्मेशन इंटरचेंज (ASCII)

(b) डबल बाइट कॅरेक्टर सेट (DBCS)

(c) <u>युनिकोडप्रणाली</u>

(d) त्यापैकी एकही नाही

28] VBA मध्ये, Cstr फंक्शन कोणताही डेटा ______ प्रकारात रूपांतरित करते

(a) पूर्णांक

(b) दुहेरी

(c) अविवाहित

(d) <u>स्ट्रिंग</u>

29] CDbl फंक्शन स्ट्रिंगला _________ प्रकारात रूपांतरित करते

(a) पूर्णांक

(b) <u>दुहेरी</u>

(c) अविवाहित

(d) स्ट्रिंग

30] VBA मध्ये, CInt फंक्शन स्ट्रिंगला _______type मध्ये रूपांतरित करते

(a) <u>पूर्णांक</u>

(b) दुहेरी

(c) अविवाहित

(d) स्ट्रिंग

31] VBA मध्ये, Csng फंक्शन स्ट्रिंगला _______ प्रकारात रूपांतरित करते]

(a) पूर्णांक

(b) दुहेरी

(c) <u>अविवाहित</u>

(d) स्ट्रिंग

32] VBA मध्ये, Val फंक्शन स्ट्रिंगला _______type मध्ये रूपांतरित करते

(a) <u>संख्या</u>

(b) बाइट

(c) चलन

(d) दशांश

33] VBA मध्ये, CByte फंक्शन स्ट्रिंगला ______ प्रकारात रूपांतरित करते

(a) संख्या

(b) <u>बाइट</u>

(c) चलन

(d) दशांश

34] VBA मध्ये, CCur फंक्शन स्ट्रिंगला _______ प्रकारात रूपांतरित करते

(a) संख्या

(b) बाइट

(c) <u>चलन</u>

(d) दशांश

35] VBA मध्ये, CLng फंक्शन स्ट्रिंगला_______ प्रकारात रूपांतरित करते

(a) <u>लांब</u>

(b) बाइट

(c) चलन

(d) दशांश

36] VBA मध्ये, CDec फंक्शन स्ट्रिंगला_______ प्रकारात रूपांतरित करते

(a) संख्या

(b) बाइट

(c) चलन

(d) <u>दशांश</u>

37] VBA मधील _______फंक्शन सानुकूल त्रुटी संदेश तयार करते

(a) स्वरूप

(b) <u>CVErr</u>

(c) इनपुटबॉक्स

(d) MsgBox

38] VBA मधील _______फंक्शन 0, # आणि स्वल्पविराम (,) असलेल्या दिलेल्या मजकूर स्ट्रिंगनुसार संख्या फॉरमॅट करते.

(a) <u>स्वरूप</u>

(b) CVErr

(c) इनपुटबॉक्स

(d) MsgBox

39] VBA मधील बुलियन डेटा प्रकाराचा आकार _______ आहे

(a) 1 बाइट

(b) <u>2 बाइट्स</u>

(c) 3 बाइट्स

(d) 4 बाइट्स

40] VBA मधील बाइट डेटा प्रकाराचा आकार _______ आहे

(a) <u>1 बाइट</u>

(b) 2 बाइट्स

(c) 3 बाइट्स

(d) 4 बाइट्स

1] कंपनी रिस्टोर पर्याय _________ मध्ये उपलब्ध आहे

अ) कंपनी रीसेट

ब) नवीन कंपनी

c) कंपनीमाहिती

ड) कंपनी संपादित करा

2] गेटवे ऑफ टॅली वरून वर्तमान तारीख बदलण्यासाठी ____ की दाबा.

अ) F1

b) F2

c) F3

d) F4

3] टॅली _________ लेखा प्रणालीचे समर्थन करते

(a) एकल प्रवेश

(b) दुहेरीप्रवेश

(c) नो एंट्री

(d) शून्य नोंद

4] टॅली स्टॉक ठेवण्यासाठी _________ राखू शकते, जेणेकरून जुना स्टॉक संपण्यापूर्वी नवीन यादी येऊ शकेल

(a) स्तरपुनर्क्रमितकरा

(b) नफा

(c) नुकसान

(d) रोख

5] बॅलन्स शीट तयार केली जाते _________ जेव्हा खाती टॅलीमध्ये ठेवली जातात

(a) व्यक्तिचलितपणे

(b) आपोआप

(c) दूरस्थपणे

(d) यादृच्छिकपणे

6] खात्यातील डेबिट, क्रेडिट, मालमत्ता आणि दायित्वांच्या विवरणास ______ म्हणतात.

(a) स्टॉक आणि इन्व्हेंटरी अहवाल

(b) नफा आणि तोटा खाते

(c) ताळेबंद

(d) रोख शिल्लक

7] गेटवे ऑफ टॅलीमधील _______ बटण दाबल्याने टॅलीमध्ये कंपनीची माहिती उघडते

(a) <u>Alt+F3</u>

(b) F11

(c) F5

(d) F6

8]_______ की दाबल्याने लेखा वैशिष्ट्ये उघडतात

(a) Alt+F3

(b) <u>F11</u>

(c) F5

(d) F6

9] वेतन, बजेट आणि परिस्थिती व्यवस्थापन टॅली मधील _______मेनूद्वारे सक्षम केले जाऊ शकते

(a) <u>लेखावैशिष्ट्ये</u>

(b) इन्व्हेंटरी वैशिष्ट्ये

(c) वैधानिक आणि कर आकारणी

(d) त्यापैकी एकही नाही

10] खाते गट, लेजर, बजेट आणि परिस्थिती टॅली मध्ये _______ अंतर्गत उपलब्ध आहेत

(a) पगाराची माहिती

(b) इन्व्हेंटरी माहिती

(c) <u>खात्यांचीमाहिती</u>

(d) त्यापैकी एकही नाही

11] यादी गट, (श्रेणी, आवश्यक असल्यास), आयटम, मोजमापाची एकके, पुनर्क्रमित पातळी, इन्व्हेंटरी व्हाउचर, इत्यादी _______ मध्ये उपलब्ध आहेत

(a) पगाराची माहिती

(b) <u>इन्व्हेंटरीमाहिती</u>

(c) खात्यांची माहिती

(d) त्यापैकी एकही नाही

12] कर्मचारी गट, कर्मचारी, उपस्थिती/उत्पादन प्रकार, वेतन प्रमुख, पगार तपशील, व्हाउचर प्रकार इ. टॅलीमध्ये उपलब्ध आहेत.

(a) <u>पगाराचीमाहिती</u>

(b) इन्व्हेंटरी माहिती

(c) खात्यांची माहिती

(d) त्यापैकी एकही नाही

13]_______ हा Tally मध्ये कॉन्ट्रा व्हाउचर तयार करण्याचा शॉर्टकट आहे
(a) F6
(b) F5
(c) F4
(d) F2

14]_______ हा Tally मध्ये पेमेंट व्हाउचर तयार करण्याचा शॉर्टकट आहे
(a) F6
(b) F5
(c) F4
(d) F2

15] _______ हा Tally मध्ये पावती व्हाउचर तयार करण्याचा शॉर्टकट आहे
(a) F6
(b) F5
(c) F4
(d) F2

16] _______ हा टॅलीमध्ये कंपनी कॉन्फिगर करण्याचा शॉर्टकट आहे
(a) F6
(b) F5
(c) F4
(d) F12

17] _______ हा गेटवे ऑफ टॅली वरून अकाउंटिंग कालावधी बदलण्याचा शॉर्टकट आहे
(a) F1
(b) Alt+F1
(c) Alt+F2
(d) Alt+F3

18] _______ हा टॅलीमधील कंपनी बंद करण्याचा शॉर्टकट आहे
(a) F1
(b) Alt+F1
(c) Alt+F2
(d) Alt+F3

19] _______ हा गेटवे ऑफ टॅली वरून कंपनीच्या माहितीचा शॉर्टकट आहे
(a) F1
(b) Alt+F1
(c) Alt+F2
(d) Alt+F3

20] _______ हा टॅलीमधील अकाउंटिंग व्हाउचरमधील इन्व्हेंटरी बटणांचा शॉर्टकट आहे
(a) Alt+F1

(b) Ctrl+F1

(c) F7

(d) F8

21] _______ हा टॅली मधील अकाउंटिंग व्हाउचरमधून पेरोल बटणांचा शॉर्टकट आहे

(a) Alt+F1

(b) Ctrl+F1

(c) F7

(d) F8

22] _______ हा टॅलीमधील अकाउंटिंग व्हाउचरमधून जर्नलचा शॉर्टकट आहे

(a) Alt+F1

(b) Ctrl+F1

(c) F7

(d) F8

23] _______ हा टॅलीमधील अकाउंटिंग व्हाउचरमधून विक्री व्हाउचरचा शॉर्टकट आहे

(a) Alt+F1

(b) Ctrl+F1

(c) F9

(d) F8

24] _______ हा टॅलीमधील अकाउंटिंग व्हाउचरमधून व्हाउचर खरेदी करण्याचा शॉर्टकट आहे

(a) Alt+F1

(b) Ctrl+F1

(c) F9

(d) F8

25] _______ हा टॅलीमधील अकाउंटिंग व्हाउचरमधून क्रेडिट नोटचा शॉर्टकट आहे

(a) Alt+F1

(b) Ctrl+F1

(c) Ctrl+F9

(d) Ctrl+F8

26] _______ हा टॅलीमधील अकाउंटिंग व्हाउचरमधून नोट डेबिट करण्याचा शॉर्टकट आहे]

(a) Alt+F1

(b) Ctrl+F1

(c) Ctrl+F9

(d) Ctrl+F8

27] _______ हा टॅलीमधील अकाउंटिंग व्हाउचरमधून जर्नल उलट करण्याचा शॉर्टकट आहे

(a) <u>F10</u>
(b) Ctrl+F10
(c) Alt+I
(d) Alt+V

28]______ हा टॅलीमधील अकाउंटिंग व्हाउचरमधून जर्नल उलट करण्याचा शॉर्टकट आहे

(a) <u>F10</u>
(b) Ctrl+F10
(c) Alt+I
(d) Alt+V

29] ______ हा टॅलीमधील अकाउंटिंग व्हाउचरमधून मेमोचा शॉर्टकट आहे

(a) F10
(b) <u>Ctrl+F10</u>
(c) Alt+I
(d) Alt+V

30] ______ हा टॅलीमधील अकाउंटिंग व्हाउचरमधून अकाउंटिंग इनव्हॉइसचा शॉर्टकट आहे

(a) F10
(b) Ctrl+F10
(c) <u>Alt +I</u>
(d) Alt +V

31] ______ हा टॅलीमधील अकाउंटिंग व्हाउचरमधून इनव्हॉइस म्हणून व्हाउचरचा शॉर्टकट आहे

(a) F10
(b) Ctrl+F10
(c) Alt +I
(d) <u>Ctrl + V</u>

32]______ हा टॅली मधील अकाउंटिंग व्हाउचर मधील पोस्टडेटेड व्हाउचरचा शॉर्टकट आहे

(a) <u>Ctrl+ T</u>
(b) Ctrl+F10
(c) Alt +I
(d) Ctrl + V

33]______ हा टॅलीमधील अकाउंटिंग व्हाउचरमधील पर्यायी व्हाउचरचा शॉर्टकट आहे
(a) Ctrl + T
(b) <u>Ctrl +L</u>
(c) Alt +I

(d) Ctrl + V

34] _______ हा टॅली मधील पेरोल व्हाउचरमधून पेरोलचा शॉर्टकट आहे

(a) Alt+ A

(b) Alt+ S

(c) Ctrl+ F5

(d) Alt+F4

35] _______ हा टॅलीमधील पेरोल व्हाउचरमधून उपस्थितीचा शॉर्टकट आहे

(a) Alt+ A

(b) Alt+ S

(c) Ctrl+F5

(d) Ctrl+F4

36] _______ हा टॅली मधील पेरोल व्हाउचरमधून व्हाउचर म्हणून पेरोलचा शॉर्टकट आहे

(a) Alt+ A

(b) Alt+ S

(c) Ctrl+F5

(d) Ctrl+F4

37] _______ हा टॅलीमधील पेरोल व्हाउचरमधून पेरोल ऑटो फिल करण्याचा शॉर्टकट आहे

(a) Alt+ A

(b) Alt+ S (c) Ctrl+F5

(d) Ctrl+F4

38] _______ हा टॅलीमधील पेरोल व्हाउचरमधून ऑर्डर खरेदी करण्याचा शॉर्टकट आहे

(a) Alt+F4

(b) Alt+F5

(c) Ctrl+F5

(d) Ctrl+F4

39] _______ हा टॅली मधील पेरोल व्हाउचरच्या विक्री ऑर्डरचा शॉर्टकट आहे

(a) Alt+F4

(b) Alt+F5

(c) Ctrl+F5

(d) Ctrl+F4

40] _______ हा टॅली मधील इन्व्हेंटरी व्हाउचरमधून भौतिक स्टॉक पडताळणीचा शॉर्टकट आहे

(a) Alt+F4

(b) Alt+F5

(c) Alt+F7

(d) <u>Alt+F10</u>

41] _______ हा टॅली मधील इन्व्हेंटरी व्हाउचर मधील स्टॉक जर्नलचा शॉर्टकट आहे

(a) Alt+F4

(b) Alt+F5

(c) <u>Alt+F7</u>

(d) Alt+F10

42] _______ हा टॅलीमधील इन्व्हेंटरी व्हाउचरमधून नाकारण्याचा शॉर्टकट आहे

(a) Alt+F6

(b) <u>Ctrl+F6</u>

(c) Alt+F8

(d) Alt+F9

43] _______ हा टॅलीमधील इन्व्हेंटरी व्हाउचरमधून नाकारण्याचा शॉर्टकट आहे

(a) <u>Alt+F6</u>

(b) Ctrl+F6

(c) Alt+F8

(d) Alt+F9

44] _______ हा टॅलीमधील इन्व्हेंटरी व्हाउचरमधून इंडेंट करण्याचा शॉर्टकट आहे

(a) Alt+F6

(b) <u>Ctrl+F7</u>

(c) Alt+F8

(d) Alt+F9

45] _______ हा टॅलीमधील इन्व्हेंटरी व्हाउचरमधून डिलिव्हरी नोटचा शॉर्टकट आहे

(a) Alt+F6

(b) Ctrl+F7

(c) <u>Alt+F8</u>

(d) Alt+F9

46] _______ हा टॅली मधील इन्व्हेंटरी व्हाउचरमधून पावतीची नोंद घेण्यासाठी शॉर्टकट आहे

(a) Alt+F6

(b) Ctrl+F7

(c) Alt+F8

(d) <u>Alt+F9</u>

47] टॅली अकाउंटिंगच्या _______ एंट्री सिस्टमचा वापर करून खाते राखते

(a) अविवाहित

(b) <u>दुप्पट</u>

(c) तिप्पट

(d) चौपट

48] डेबिट आणि क्रेडिट कॉलममध्ये प्रत्येक व्यवहार प्रविष्ट करणे याला _____ एंट्री सिस्टम ऑफ अकाउंटिंग म्हणतात.

(a) अविवाहित

(b) दुप्पट

(c) तिप्पट

(d) चौपट

49] टॅली वापरून विशिष्ट उद्देशांसाठी पैशाच्या अगोदर वाटपाला _____ म्हणतात.

(a) बजेटिंग

(b) परिस्थिती

(c) यादी

(d) व्हाउचर एंट्री

50] बजेट वाटपाच्या खर्चाच्या प्रगतीची तुलना चाचणी शिल्लक मधील _____मेनू वापरून मूळ कंपनीच्या चाचणी शिल्लकशी केली जाऊ शकते.

(a) बजेट (Alt+ B)

(b) स्तंभ (Alt+ C)

(c) F6

(d) F7

उत्तर] अ

1] खालीलपैकी कोणते ई-कॉमर्सचे वर्णन करते?

अ] इलेक्ट्रॉनिकपद्धतीनेव्यवसायकरणे

ब] व्यवसाय करणे

क] मालाची विक्री

ड] वरील सर्व

2] ई-कॉमर्सच्या चार मुख्य प्रकारांपैकी खालीलपैकी कोणता भाग आहे?

अ] b2b

ब] b2c

C] c2b

ड] वरीलसर्व

3] eBay, Amazon]com कोणत्या विभागाशी संबंधित आहेत?

अ] b2bs

B] b2cs

क] c2bs

D] c2cs

4] कोणत्या प्रकारचे ई-कॉमर्स एकमेकांशी व्यवहार करणाऱ्या ग्राहकांवर लक्ष केंद्रित करते?

अ] b2b

ब] b2c

C] c2b

ड] <u>c2c</u>

5] कोणता विभाग eBay चे उदाहरण आहे?

अ] b2b

B] c2b

क] c2c

D] <u>वरीलपैकीकाहीहीनाही</u>

6] कोणता प्रकार लिलावाशी संबंधित आहे?

अ] b2b

ब] b2c

C] c2b

ड] <u>c2c</u>

7] कोणत्या वेबसाइटवर ग्लोबल इझी बायची सुविधा आहे?

अ] <u>ebay.com</u>

ब] amazon.com

क] yepme.com

ड] यापैकी नाही

8] B2C ई-कॉमर्समध्ये विक्रीसाठी सर्वोत्तम उत्पादने आहेत:

अ] लहान उत्पादने

ब] <u>डिजिटलउत्पादने</u>

क] विशेष उत्पादने

ड] ताजी उत्पादने

9] इंटरनेटवर कोणती उत्पादने खरेदी करताना लोकांना जास्त त्रास होतो?

अ] पुस्तके

ब] <u>फर्निचर</u>

C] चित्रपट

ड] वरील सर्व

10] कोणती उत्पादने लोकांना इंटरनेटवर खरेदी करणे अधिक सोयीस्कर आहे?

अ] पुस्तके

ब] pcs

C] cds

ड] <u>वरीलसर्व</u>

11] डिजिटल उत्पादने B2C ई-कॉमर्ससाठी सर्वात योग्य आहेत कारण ते:

अ] उत्पादनांप्रमाणे वस्तू आहेत

ब] वस्तुमान-सानुकूलित आणि वैयक्तिकृत केले जाऊ शकते

C] खरेदीच्या वेळी वितरित केले जाऊ शकते

ड] <u>वरीलसर्व</u>

12] सर्व व्यावसायिक गरजांसाठी उपाय आहे

अ] इडी

ब] <u>erp</u>

क] scm

D] वरीलपैकी काहीही नाही

13] खालील सर्व तंत्रे B2C ई-कॉमर्स कंपन्या ग्राहकांना आकर्षित करण्यासाठी वापरतात, वगळता:

अ] शोध इंजिनसह नोंदणी करणे

ब] व्हायरल मार्केटिंग

क] ऑनलाइन जाहिराती

ड] <u>आभासीविपणन</u>

14] जे ई-कॉमर्सचे कार्य आहे

अ] विपणन

ब] जाहिरात

क] कोठार

ड] <u>वरीलसर्व</u>

15] जे ई-कॉमर्सचे कार्य नाही

अ] विपणन

ब] जाहिरात

क] <u>कोठार</u>

D] वरीलपैकी काहीही नाही

16] कोणती संज्ञा एका साइटला भेट देणार्‍या, जाहिरातीवर क्लिक करणार्‍या आणि जाहिरातदाराच्या साइटवर नेणार्‍या लोकांच्या संख्येचे प्रतिनिधित्व करतात?

अ] संलग्न कार्यक्रम

ब] <u>क्लिक-थ्रू</u>

क] स्पॅम

ड] वरील सर्व

17] वेबसाईटला भेट देणाऱ्या आणि नावाची वस्तू खरेदी करणाऱ्या ग्राहकांची टक्केवारी किती आहे?

अ] संलग्न कार्यक्रम

ब] क्लिक-थ्रू

क] स्पॅम

ड] <u>रूपांतरणदर</u>

18] उत्पादन कंपनीमध्ये उत्पादनासाठी कोणते साहित्य वापरले जाते किंवा किरकोळ वातावरणात विक्रीसाठी शेल्फवर ठेवले जाते?

अ] <u>थेटसाहित्य</u>

ब] अप्रत्यक्ष साहित्य

क] इडी

D] वरीलपैकी काहीही नाही

19] आधुनिक कॉर्पोरेशन चालवण्यासाठी आवश्यक असलेली सामग्री कोणती आहे, परंतु कंपनीच्या प्राथमिक व्यावसायिक क्रियाकलापांशी संबंधित नाही?

अ] थेट साहित्य

ब] <u>अप्रत्यक्षसाहित्य</u>

क] इडी

D] वरीलपैकी काहीही नाही

20] कपड्यांच्या कंपनीने खरेदी केलेले बॉलपॉईंट पेन काय आहेत?

अ] थेट साहित्य

ब] <u>अप्रत्यक्षसाहित्य</u>

क] इडी

D] वरीलपैकी काहीही नाही

२१] दुसरे नाव काय आहे?

अ] थेट साहित्य

ब] <u>अप्रत्यक्षसाहित्य</u>

क] इडी

D] वरीलपैकी काहीही नाही

22] अशी कोणती प्रक्रिया आहे ज्यामध्ये खरेदीदार विशिष्ट प्रमाणात वस्तू खरेदी करण्यात स्वारस्य दाखवतो आणि विक्रेते एकच विक्रेता शिल्लक राहिल्याशिवाय सलग कमी बोली सादर करून व्यवसायासाठी स्पर्धा करतात?

अ] b2b बाजारपेठ

ब] इंट्रानेट

क] <u>उलटलिलाव</u>

ड] इंटरनेट

23] क्रेडिट कार्डच्या आकाराच्या प्लास्टिक काइर्समध्ये एम्बेडेड चिप असते ज्यावर डिजिटल माहिती संग्रहित केली जाऊ शकते?

अ] ग्राहक संबंध व्यवस्थापन प्रणाली कार्ड

ब] ई-सरकारी ओळखपत्रे

C] फेडी कार्ड

ड] स्मार्टकार्ड

24] बर्‍याच लोकांना ई-कॉमर्सचा कोणता प्रकार माहित आहे?

अ] b2b

ब] b2c

C] c2b

ड] c2c

25] ई-कॉमर्सच्या कोणत्या स्वरूपाचा सध्या सर्व ई-कॉमर्स महसूलांपैकी 97% वाटा आहे?

अ] b2b

ब] b2c

C] c2b

ड] c2c

26] खालीलपैकी कोणते फायदे साधारणपणे B2B ई-कॉमर्सशी संबंधित आहेत?

अ] लहान सायकल वेळा

ब] खर्चात कपात

C] व्यापक प्रेक्षकांपर्यंत पोहोचते

ड] वरीलसर्व

27] पर्यायी उत्पादने किंवा सेवांचा धोका कमी असल्यास ते a(n):

अ] पुरवठादाराचे नुकसान

ब] खरेदीदाराला फायदा

C] पुरवठादारालाफायदा

D] वरीलपैकी काहीही नाही

28] नवीन प्रवेश करणार्‍यांचा धोका जास्त असतो जेव्हा ते असते:

अ] ग्राहकांना बाजारात प्रवेश करणे कठीण

B] स्पर्धकांना बाजारात प्रवेश करणे कठीण

C] स्पर्धकांनाबाजारातप्रवेशकरणेसोपेआहे

ड] ग्राहकांना बाजारात प्रवेश करणे सोपे

29] स्पर्धकांना बाजारात प्रवेश करणे सोपे असल्यास, नवीन प्रवेश करणार्‍यांचा धोका मानला जातो:

अ] उच्च

ब] कमी

क] अधिक

ड] कमी

30] एखादा उद्योग पुरवठादारांसाठी कमी आकर्षक असतो जेव्हा विद्यमान स्पर्धकांमध्ये स्पर्धा असते:

अ] <u>उच्च</u>

ब] कमी

क] अधिक

ड] कमी

31] अद्विवतीय मूल्य लिलाव प्रामुख्याने लागू आहे?

अ] नवीन उत्पादने

ब] <u>सेकंडहँडउत्पादने</u>

क] अभियांत्रिकी उत्पादने

D] वरीलपैकी काहीही नाही

32] पैसेपे ची सोय आहे

अ] <u>ebay] co.in</u>

ब] amazon.com

क] flipkart.com

D] वरीलपैकी काहीही नाही

33] व्यवसाय धोरण आणि आयटीचा विचार करताना खालीलपैकी कोणती उपयुक्त सुरक्षा यंत्रणा आहे?

अ] एन्क्रिप्शन

ब] डिक्रिप्शन

C] फायरवॉल

ड] <u>वरीलसर्व</u>

34] खालीलपैकी कोणते सुरक्षा यंत्रणेशी संबंधित नाही

अ] एन्क्रिप्शन

ब] डिक्रिप्शन

क] <u>ई-रोख</u>

ड] वरील सर्व

35] एखादे उत्पादन किंवा सेवा जी ग्राहकांना एखाद्या उद्योगाकडून अपेक्षित असते, जी नवीन प्रवेशकर्त्यांना स्पर्धा करून टिकून राहायची असल्यास त्यांना ऑफर करणे आवश्यक आहे, त्याला a(n) म्हणून ओळखले जाते?

अ] स्विचिंग खर्च

ब] निष्ठा कार्यक्रम

क] <u>प्रवेशअडथळे</u>

डी] संलग्न कार्यक्रम

36] खालीलपैकी कोणते विधान तंत्रज्ञानाचा प्रभाव अचूकपणे दर्शवते?

अ] तंत्रज्ञानामुळे खरेदीदार शक्ती वाढली आहे

ब] तंत्रज्ञानाने अनेक उद्योगांसाठी प्रवेशाचे अडथळे कमी केले आहेत

C] तंत्रज्ञानामुळे पर्यायी उत्पादने आणि सेवांचा धोका वाढला आहे

ड] <u>वरीलसर्व</u>

37] व्यवसाय हा सर्व लोकांसाठी सर्व काही असू शकत नाही] त्याऐवजी, व्यवसायाने हे करणे आवश्यक आहे:

अ] लक्ष्यित ग्राहक ओळखा

ब] ग्राहकांना समजल्याप्रमाणे उत्पादने/सेवांचे मूल्य ओळखा

क] <u>वरीलसर्व</u>

D] वरीलपैकी काहीही नाही

38] ई-कॉमर्समध्ये व्यवहार कसे होतात?

अ] <u>ई-माध्यमवापरणे</u>

B] फक्त संगणक वापरणे

C] फक्त मोबाईल फोन वापरणे

D] वरीलपैकी काहीही नाही

39] ईकॉमर्स वापरून कोणत्या प्रकारची उत्पादने कमी खरेदी केली जातात?

अ] <u>ऑटोमोबाईल्स</u>

ब] पुस्तके

C] सॉफ्टवेअर्स

ड] एकही नाही

40] वातावरणासारख्या वस्तूमध्ये स्पर्धा करणाऱ्या व्यवसायाने खालीलपैकी कोणत्या गोष्टीवर लक्ष केंद्रित केले पाहिजे?

अ] किंमत

ब] वितरणाची सुलभता / वेग

सी] ऑर्डर करण्याची सोय

ड] <u>वरीलसर्व</u>

41] खालीलपैकी कोणता अर्थ वैयक्तिक ग्राहकांसाठी तयार केलेली उत्पादने तयार करण्याशी संबंधित आहे?

अ] <u>अनुकूलन</u>

ब] एकत्रीकरण

क] थेट साहित्य

ड] उलट लिलाव

42] व्यवसायाच्या सामान्य ऑपरेशनमध्ये वापरल्या जाणाऱ्या परंतु प्राथमिक व्यवसाय ऑपरेशन्सशी संबंधित नसलेल्या वस्तूंना काय म्हणतात?

अ] पुरवठा

ब] थेट साहित्य

क] <u>अप्रत्यक्षसाहित्य</u>

ड] रोजचे सामान

43] Amazon]com कोणत्या ई-कॉमर्स मार्केटिंग तंत्रासाठी प्रसिद्ध आहे?

अ] बॅनर जाहिराती

ब] पॉप-अप जाहिराती

सी] <u>संलग्नकार्यक्रम</u>

ड] व्हायरल मार्केटिंग

44] मध्यवर्ती बाजारपेठ प्रदान करणाऱ्या परस्पर व्यवसायाला काय नाव दिले जाते जेथे अनेक खरेदीदार आणि पुरवठादार ई-कॉमर्स किंवा वाणिज्य-संबंधित क्रियाकलापांसाठी एकत्र येऊ शकतात?

अ] थेट बाजारपेठ

ब] b2b

क] b2c

ड] <u>इलेक्ट्रॉनिकबाजारपेठ</u>

45] ई-मार्केटप्लेसचा कोणता प्रकार एमआरओ सामग्रीसाठी अनेक उद्योगांमधील खरेदीदार आणि विक्रेते एकत्र आणतो?

अ] <u>आडवा</u>

ब] उभा

क] एकात्मिक

ड] कललेला

46] ई-मार्केटप्लेसचा कोणता प्रकार एकाच उद्योगातील खरेदीदार आणि विक्रेते एकत्र आणतो?

अ] आडवा

ब] <u>उभा</u>

क] एकात्मिक

ड] कललेला

४७] वेब पेजवर कोणत्या प्रकारची ॲड दिसते?

अ] पॉप-अंडर जाहिरात

ब] पॉप-अप जाहिरात

क] बॅनरजाहिरात

ड] सूट जाहिरात

४८] वेब पेजच्या वर कोणत्या प्रकारची जाहिरात दिसते?

अ] पॉप-अंडर जाहिरात

ब] पॉप-अपजाहिरात

क] बॅनर जाहिरात

ड] सूट जाहिरात

49] वेब पृष्ठाखाली कोणत्या प्रकारची जाहिरात दिसते?

अ] पॉप-अंडरजाहिरात

ब] पॉप-अप जाहिरात

क] बॅनर जाहिरात

ड] सूट जाहिरात

५०] खालीलपैकी कोणत्या प्रकारच्या जाहिराती लोक सहन करण्यास इच्छुक आहेत?

अ] पॉप-अंडर जाहिरात

ब] पॉप-अप जाहिरात

क] बॅनर जाहिरात

D] वरीलपैकीकाहीहीनाही

Q. 1 _______ म्हणजे मौल्यवान माहितीचे अनधिकृत प्रवेश, रेकॉर्डिंग, प्रकटीकरण किंवा विनाश यापासून संरक्षण करण्यासाठी घेतलेली सराव आणि खबरदारी.

अ] नेटवर्क सुरक्षा

ब] डेटाबेस सुरक्षा

क] माहितीसुरक्षा

ड] भौतिक सुरक्षा

प्रश्न 2 _______ प्लॅटफॉर्मचा वापर क्लाउडमधील माहितीच्या सुरक्षिततेसाठी आणि संरक्षणासाठी केला जातो.

अ] क्लाउडवर्कलोडसंरक्षणप्लॅटफॉर्म

B] क्लाउड सुरक्षा प्रोटोकॉल

क] AWS

ड] वन ड्राइव्ह

प्र. 3 तडजोड करणारी गोपनीय माहिती अंतर्गत येते___

किडा

ब] धमकी

क] अगतिकता

ड] हल्ला

प्र. 4 प्रणाली किंवा नेटवर्कला हानी पोहोचवण्याचा, नुकसान करण्याचा किंवा धोका निर्माण करण्याचा प्रयत्न करणे याला व्यापकपणे ________ असे म्हटले जाते.

अ] सायबर-गुन्हा

ब] <u>सायबरहल्ला</u>

क] प्रणाली अपहरण

ड] डिजिटल गुन्हे

प्र. 5 सीआयए ट्रायड बहुतेकदा खालीलपैकी कोणते द्वारे दर्शविले जाते?

अ] <u>त्रिकोण</u>

ब] कर्ण

क] लंबवृत्त

ड] वर्तुळ

Q. 6 माहितीच्या सुरक्षेशी संबंधित, गोपनीयता खालीलपैकी कोणाच्या विरुद्ध आहे?

अ] बंद

ब] <u>प्रकटीकरण</u>

क] आपत्ती

ड] विल्हेवाट

Q. 8 ________ म्हणजे अज्ञात वापरकर्त्यांद्वारे केलेल्या बदलापासून डेटाचे संरक्षण.

अ] गुप्तता

ब] <u>सचोटी</u>

क] प्रमाणीकरण

ड] नकारणे

प्र. 9 ________ माहितीचा अर्थ, केवळ अधिकृत वापरकर्ते माहितीमध्ये प्रवेश करण्यास सक्षम आहेत.

अ] गुप्तता

ब] सचोटी

क] अ-नकार

ड] <u>उपलब्धता</u>

प्रश्न 10 हे माहितीचे मूळ आणि प्रामाणिक वापरकर्ता ओळखण्यात मदत करते. याला येथे ________ असे संबोधले जाते

अ] गुप्तता

ब] सचोटी

क] <u>सत्यता</u>

ड] उपलब्धता

प्र. 11 डेटा ________ गोपनीयतेची खात्री करण्यासाठी वापरला जातो.

अ] <u>एनक्रिप्शन</u>

ब] कुलूप लावणे

क] डिक्रिप्शन

ड] बॅकअप

Q. 12 OSI सुरक्षा आर्किटेक्चरमध्ये OSI चा अर्थ काय आहे?

अ] सिस्टम इंटरफेस उघडा

ब] <u>ओपनसिस्टमइंटरकनेक्शन्स</u>

क] मुक्त स्रोत उपक्रम

D] मानक इंटरकनेक्शन उघडा

प्र. 13 कंपनीला दरमहा पासवर्ड बदलणे आवश्यक आहे. हे नेटवर्कचे _________ सुधारते.

अ] कामगिरी

ब] विश्वसनीयता

क] <u>सुरक्षा</u>

ड] वरीलपैकी काहीही नाही

Q. 14 संदेश सामग्रीचे प्रकाशन आणि रहदारी विश्लेषण हे _________ हल्ल्यांचे दोन प्रकार आहेत.

अ] सक्रिय हल्ला

ब] हल्ल्यातील बदल

क] <u>निष्क्रियहल्ला</u>

D] DoS हल्ला

प्रश्न 15 _________ हा मजकूर एनक्रिप्ट केलेला आहे.

अ] सायफर स्क्रिप्ट

ब] <u>सांकेतिकमजकूर</u>

क] गुप्त मजकूर

ड] गुप्त लिपी

प्र. १७ खालीलपैकी कोणते अल्गोरिदम सममितीय एन्क्रिप्शनशी संबंधित नाहीत

A] 3DES (TripleDES)

ब] <u>आरएसए</u>

C] RC5

ड] आयडिया

प्र. 18 सिमेट्रिक एन्क्रिप्शनचा सर्वात मोठा तोटा कोणता आहे?

अ] अधिक क्लिष्ट आणि त्यामुळे अधिक वेळ घेणारी गणना.

ब] <u>सीक्रेटकीच्यासुरक्षितप्रसारणाचीसमस्या.</u>

C] कमी सुरक्षित एन्क्रिप्शन फंक्शन.

D] यापुढे वापरला जात नाही.

प्र. १९ क्रिप्टोग्राफीमध्ये सायफर म्हणजे काय?

अ] <u>एन्क्रिप्शनआणिडिक्रिप्शनकरण्यासाठीअल्गोरिदम</u>

ब] एन्क्रिप्टेड संदेश

C] एन्क्रिप्शन आणि डिक्रिप्शन आणि एन्क्रिप्टेड संदेश करण्यासाठी दोन्ही अल्गोरिदम

डी] डिक्रिप्ट केलेला संदेश

प्रश्न 21 खालीलपैकी कोणता अल्गोरिदम असममित-की क्रिप्टोग्राफीमध्ये वापरला जात नाही?

अ] आरएसए अल्गोरिदम

ब] डिफी-हेलमॅन अल्गोरिदम

C] <u>इलेक्ट्रॉनिककोडबुकअल्गोरिदम</u>

डी] डीएसए अल्गोरिदम

Q. 23 डेटा एन्क्रिप्शन स्टँडर्ड (DES) म्हणजे काय?

अ] <u>ब्लॉकसायफर</u>

ब] स्ट्रीम सिफर

क] बिट सायफर

ड] बाइट सायफर

Q. 24 एक असममित-की (किंवा सार्वजनिक की) सायफर वापरते

अ] १ कि

ब] <u>२की</u>

क] 3 की

ड] 4 की

प्रश्न 26 _________________ ही प्रक्रिया किंवा यंत्रणा आहे ज्याचा वापर सामान्य साधा मजकूर अव्यवस्थित गैर-मानव वाचनीय मजकूरात रूपांतरित करण्यासाठी केला जातो आणि त्याउलट.

अ] मालवेअर विश्लेषण

ब] लेखन शोषण

क] उलट अभियांत्रिकी

ड] <u>क्रिप्टोग्राफी</u>

Q.27 _________________ हे एका विशिष्ट स्वरूपात माहिती संग्रहित आणि प्रसारित करण्याचे साधन आहे जेणेकरून ज्यांच्यासाठी ती योजना आखली आहे त्यांनाच ती समजू शकेल किंवा त्यावर प्रक्रिया करू शकेल.

अ] मालवेअर विश्लेषण

ब] क्रिप्टोग्राफी

क] उलट अभियांत्रिकी

ड] लेखन शोषण

प्र. २८ क्रिप्टोग्राफिक अल्गोरिदम गणिताच्या अल्गोरिदमवर आधारित आहेत जेथे हे अल्गोरिदम डेटाच्या सुरक्षित परिवर्तनासाठी ___________ वापरतात.

अ] गुप्तकळ

ब] बाह्य कार्यक्रम

क] ॲड-ऑन

ड] दुय्यम की

प्र. २९ पारंपारिक क्रिप्टोग्राफीला ___________ किंवा सिमेट्रिक-की एनक्रिप्शन असेही म्हणतात.

अ] गुप्त-की

ब] सार्वजनिक की

C] संरक्षित की

डी] प्राथमिक की

प्र. ३० शेवटच्या ब्लॉकमध्ये बिट्स जोडण्याच्या प्रक्रियेला ___________ असे म्हणतात.

अ] डिक्रिप्शन

ब] हॅशिंग

क] ट्यूनिंग

ड] पॅडिंग

प्रश्न 32 ECC एन्क्रिप्शन प्रणाली ___________ आहे

अ] सिमेट्रिक की एनक्रिप्शन अल्गोरिदम

ब] असममितकीएनक्रिप्शनअल्गोरिदम

C] एन्क्रिप्शन अल्गोरिदम नाही

डी] ब्लॉक सायफर पद्धत

प्र. ३३ ___________ फंक्शन संदेशातून संदेश डायजेस्ट तयार करते.

अ] एन्क्रिप्शन

ब] डिक्रिप्शन

क] हॅश

D] वरीलपैकी काहीही नाही

Q. 34 X.509 प्रमाणपत्रांचे विस्तार _____ आवृत्तीमध्ये जोडले गेले.

अ] १

ब] २

क] ३

ड] ४

प्रश्न 35 डिजिटल स्वाक्षरीसाठी _____ प्रणाली आवश्यक आहे

अ] सममित-की

ब] <u>असममित-की</u>

क] एकतर (अ) किंवा (ब)

ड] ना (अ) ना (ब)

प्र. ३६ लंबवर्तुळ वक्र क्रिप्टोग्राफी सहयोगी गुणधर्मांचे अनुसरण करते.

अ] खरे

ब] असत्य

Q. 37 ECC म्हणजे

अ] अंडाकृती वक्र क्रिप्टोग्राफी

ब] वर्धित वक्र क्रिप्टोग्राफी

क] अंडाकृती शंकू क्रिप्टोग्राफी

ड] <u>ग्रहणवक्रक्रिप्टोग्राफी</u>

प्रश्न 38 जेव्हा हॅश फंक्शन संदेश प्रमाणीकरण प्रदान करण्यासाठी वापरले जाते, तेव्हा हॅश फंक्शन मूल्य म्हणून संदर्भित केले जाते

अ] संदेश क्षेत्र

ब] संदेश डायजेस्ट

C] संदेश स्कोअर

ड] <u>संदेशझेप</u>

प्रश्न 39 संदेश प्रमाणीकरण कोड म्हणून देखील ओळखला जातो

अ] की कोड

ब] <u>हॅशकोड</u>

सी] कीड हॅश फंक्शन

Q. 40 MAC आणि डिजिटल स्वाक्षरीमध्ये मुख्य फरक असा आहे की, डिजिटल स्वाक्षरीमध्ये संदेशाचे हॅश व्हॅल्यू वापरकर्त्याच्या सार्वजनिक कीसह एनक्रिप्ट केले जाते.

अ] खरे

ब] <u>असत्य</u>

Q. 41 DSS स्वाक्षरी कोणत्या हॅश अल्गोरिदमचा वापर करते?

अ] MD5

ब] SHA-2

क] <u>SHA-1</u>

D] हॅश अल्गोरिदम वापरत नाही

Q. 42 MD5 आणि SHA-1 प्रक्रियेनंतर RSA स्वाक्षरी हॅशचा आकार किती आहे?

A] 42 बाइट्स

ब] 32 बाइट्स

C] 36 बाइट्स

डी] 48 बाइट्स

प्र. ४३ हॅंडशेक प्रोटोकॉलमध्ये क्लायंट आणि सर्व्हर यांच्यामध्ये प्रथम पाठवलेला संदेश प्रकार कोणता आहे?

अ] सर्व्हर_हॅलो

B] ग्राहक_हॅलो

C] नमस्कार_विनंती

D] प्रमाणपत्र_विनंती

Q. 44 सार्वजनिक-की क्रिप्टोग्राफी पद्धत _______ अल्गोरिदम आहे.

अ] आरएसएस

ब] आरएएस

क] आरएसए

D] RAA

प्रश्न 45 _________ पद्धत दोन पक्षांसाठी एक-वेळ सत्र की प्रदान करते.

अ] डिफी-हेलमन

ब] आरएसए

C] DES

ड] AES

Q. 46 दोन पक्ष एकमेकांना प्रमाणीकृत न केल्यास _________ हल्ल्यामुळे डिफी-हेलमन पद्धतीची सुरक्षा धोक्यात येऊ शकते.

अ] मधलामाणूस

ब] सिफरटेक्स्ट हल्ला

क] प्लेनटेक्स्ट हल्ला

D] वरीलपैकी काहीही नाही

Q. 48 VPN _________ असे संक्षिप्त आहे

अ] व्हिज्युअल प्रायव्हेट नेटवर्क

ब] व्हर्च्युअल प्रोटोकॉल नेटवर्क

C] आभासीखाजगीनेटवर्क

ड] व्हर्च्युअल प्रोटोकॉल नेटवर्किंग

Q. 49 ____________ सार्वजनिक नेटवर्कवर खाजगी नेटवर्कशी संगणकीय उपकरणे थेट जोडलेली असल्याप्रमाणे खाजगीरित्या डेटा पाठवण्यासाठी आणि प्राप्त करण्यासाठी एक वेगळा बोगदा प्रदान करते.

अ] <u>व्हिज्युअलप्रायव्हेटनेटवर्क</u>

ब] व्हर्च्युअल प्रोटोकॉल नेटवर्क

C] आभासी प्रोटोकॉल नेटवर्किंग

D] आभासी खाजगी नेटवर्क

प्र. 50 VPN प्रणालीचे वर्गीकरण करण्यासाठी कोणते विधान सत्य नाही?

अ] ट्रॅफिक बोगदा करण्यासाठी वापरले जाणारे प्रोटोकॉल

B] VPN साइट-टू-साइट किंवा रिमोट ऍक्सेस कनेक्शन प्रदान करत आहेत का

C] <u>बॉट्सआणिमालवेअरपासूननेटवर्कसुरक्षितकरणे</u>

D] खाजगीरित्या डेटा पाठवण्यासाठी आणि प्राप्त करण्यासाठी प्रदान केलेल्या सुरक्षिततेचे स्तर

औद्योगिक प्रशिक्षण संस्था

मासिक चाचणी-1, गुण- 20, तारीख:- ________________

(प्रत्येक प्रश्नाला दोन गुण असतात)

1] ABC म्हणजे --------------

अ] स्वयंचलित श्वास नियंत्रण

ब] स्वयंचलित रक्त नियंत्रण

क] वायुमार्गातील श्वासोच्छ्वासाचे अभिसरण

ड] स्वयंचलित रक्त परिसंचरण

3] "क्लास बी" आग विझवण्यासाठी अग्निशामक यंत्राचे प्रकार वापरले जातात ....

अ] कोरडी शक्ती

ब] कार्बन डायऑक्साइड

क] पाण्याचा जेट

ड] फोम प्रकार

4] सामान्य आग विझवण्यासाठी कोणत्या प्रकारचे अग्निशामक यंत्र वापरले जाते?

अ] पाण्याचे प्रकार विझविण्याचे यंत्र

ब] फोम प्रकार एक्टिंग्विशर

क] कोरडी रासायनिक पावडर एक्टिंग्विशर

D] कार्बन डायऑक्साइड (C02] एक्टिंग्विशर

5] रक्तस्त्राव झाल्यास उपचार घ्या

डी] थंड 3" आणि विश्रांती

अ] थंड पाण्याची फवारणी करा

ब] लगेच मलमपट्टी -----.

ब] अपघात विचार उपचार बद्दल चौकशी

6] अपघात झाल्यास, पीडितेने आय.एम

अ] विश्रांती घेण्यास सांगितले

क] तात्काळ हजर झाले

डी] त्याला सोडा

७] जखमी किंवा आजारी व्यक्तीला प्राथमिक उपचार दिले जातात....

अ] जीव वाचवा

ब] मफचा पुढील बिघाड टाळा

क] शक्य तितका आराम द्या

ड] हे सर्व

प्र.१. स्मृतीचे सर्वात मोठे एकक खालीलपैकी कोणते?

अ] गिगाबाइट्स.

ब] बाइट्स.

क] मेगाबाइट्स.

ड] किलोबाइट्स.

Q.2. सॉफ्टवेअरचा प्राथमिक उद्देश डेटामध्ये बदलणे हा आहे.

अ] वेबसाइट.

ब] माहिती.

क] कार्यक्रम.

ड] वस्तू.

Q.3. GUI चा अर्थ आहे

A] ग्राफिकल यूजर इंटरफेस.

ब] ग्रेटर यूजर इंटरफेस.

C] ग्राफिकल युनियन इंटरफेस.

डी] ग्राफिकल वापरकर्ता स्वारस्य.

Q.4. की बोर्ड की ज्यावर बाण असतात त्यांना म्हणतात -

अ] फंक्शन की.

ब] नेव्हिगेशन की.

क] टाइपरायटर की.

ड] विशेष उद्देश कळा.

औद्योगिक प्रशिक्षण संस्था

मासिक चाचणी-2, गुण- 20, तारीख:- ________________

(प्रत्येक प्रश्नाला दोन गुण असतात)

प्र.१२. .... मोठा आणि गुंतागुंतीचा मजकूर दस्तऐवज तयार आणि स्वरूपित करण्यासाठी वापरला जाऊ शकतो.

एक गणकयंत्र"

ब] "वर्डपॅड"

C] "नोटपॅड"

D] "टेक्स्ट पॅड"

प्र.१४. फोल्डर प्रणालीला "................" असेही म्हणतात.

अ] "दिग्दर्शन प्रणाली"

ब] "निर्देशिका प्रणाली"

C] "डिरेक्टरी यादी"

ड] "फोल्डर बुक"

प्र.१७. A .... हे एका कंटेनरसारखे आहे ज्यामध्ये तुम्ही फाइल्स साठवू शकता.

अ] "चिन्ह"

ब] "दस्तऐवज"

C] "फोल्डर"

D] "पत्रक"

प्र.१८. ऑपरेटिंग सिस्टिमचे काम .... ते आहे

अ] अनेक उपयुक्त कमांड्स सहज कार्यान्वित करा.

ब] परिभाषित अनुप्रयोग प्रोग्राम इंटरफेसद्वारे सेवेसाठी विनंती करणे.

C] सर्वात मूलभूत स्तरावर संगणक नियंत्रित करण्यासाठी.

ड] यापैकी नाही.

प्र.१९. विंडोज इंटरफेस .... वर आधारित आहे.

A] "ग्राफिकल यूजर इंटरफेस" किंवा GUI

B] ऍप्लिकेशन प्रोग्राम इंटरफेस किंवा] API.

C] "क्लिपबोर्ड"

ड] यापैकी नाही

प्र.२३. नोटपॅड वापरून तयार केलेली फाईल एक्स्टेंशनसह साठवली जाते.................

अ] ".txt"

ब] ".docx"

C] ".png"

D] ".jpg"

प्र.२५. जेव्हा तुमचा संगणक बूट होतो आणि वापरण्यासाठी तयार असतो, तेव्हा तुम्ही पाहत असलेल्या स्क्रीनला .... म्हणतात.

अ] "टेबल टॉप"

ब] "डेस्कटॉप"

C] "लॅपटॉप"

ड] यापैकी नाही

प्र.२७. .... हे स्पाय वेअर टाळण्यासाठी आणि काढून टाकण्यासाठी डिझाइन केलेले आहे.

अ] वापरकर्ता खाते नियंत्रण

ब] विंडोज फायरवॉल

सी] विंडोज डिफेंडर

ड] पालक नियंत्रण

प्र.29. "विंडोज एरो" म्हणजे काय

A] हा Windows XP साठी ग्राफिकल यूजर इंटरफेस आहे.

ब] हा Windows Vista साठी ग्राफिकल यूजर इंटरफेस आहे.

क] अर्ज कार्यक्रम

ड] यापैकी नाही

प्र.३०. संगणकाचा मूलभूत प्रोग्राम कोणता आहे?

अ] कार्यप्रणाली

ब] सॉफ्टवेअर प्रोग्राम

क] अर्ज कार्यक्रम

ड] यापैकी नाही

औद्योगिक प्रशिक्षण संस्था

मासिक चाचणी-३, गुण- २०, तारीख:- ________________

(प्रत्येक प्रश्नाला दोन गुण असतात)

प्र.३४. द .... मेन्यूचा वापर डॉक्युमेंटमध्ये सादर केलेला दिसण्यासाठी केला जातो.

अ] "घाला"

ब] "संपादित करा" ?

C] "स्वरूप"

D] "फाइल"

प्र.३६. "............" तुमच्या संगणकाचे दुर्भावनापूर्ण सॉफ्टवेअरपासून संरक्षण करण्यात मदत करते.

अ] "विंडोज फायरवॉल"

ब] "विंडोज डिफेंडर"

C] "स्पाय वेअर"

D] यापैकी.

प्र.३७. .... हा मूलभूत मजकूर संपादन कार्यक्रम आहे आणि तो सामान्यतः मजकूर फाइल्स पाहण्यासाठी किंवा संपादित करण्यासाठी वापरला जातो.

एक गणकयंत्र"

ब] "नोटपॅड"

C] "पत्ता पुस्तिका"

डी] "पेंट"

प्र.३८. विंडोज ऑपरेटिंग सिस्टम स्क्रीन सेव्हरमध्ये

A] अनेक प्रकारच्या दुर्भावनापूर्ण सॉफ्टवेअरपासून तुमच्या संगणकाचे रक्षण करण्यात मदत करते.

ब] एक लांब, उभ्या पट्टी आहे जी तुमच्या डेस्कटॉपच्या बाजूला प्रदर्शित केली जाते.

C] हा एक प्रोग्राम आहे जो विशिष्ट कालावधीसाठी इनपुट प्राप्त झाल्यानंतर प्रतिमा, ॲनिमेशन किंवा संगणकावरील फक्त रिक्त स्क्रीनवर प्रदर्शित होतो.

ड] यापैकी नाही.

प्र.४०. Windows Vista मधील .... वरील प्रोग्राम्स तिथेच राहतात आणि ते सुरू करण्यासाठी क्लिक करण्यासाठी तुमच्यासाठी नेहमी उपलब्ध असतात.

अ] "सर्वाधिक वारंवार वापरल्या जाणाऱ्या प्रोग्रामची सूची.

ब] "पिन केलेल्या वस्तूंची यादी"

C] "कागदपत्रे"

D] "नियंत्रण पॅनेल"

प्र.४१. Windows Vista मध्ये .... ही पॉवर सेव्हिंग स्टेट आहे.

अ] लॉग ऑफ करा

ब] झोप

C] रीस्टार्ट करा

ड] कुलूप

प्र.४२. AERO हे .... चे संक्षिप्त रूप आहे.

अ] अस्सल, उत्साही, चिंतनशील आणि खुले.

ब] आवश्यक, चिंतनशील आणि खुले.

क] अंकगणित, आवश्यक, परावर्तित आणि वस्तु.

ड] अस्सल, आवश्यक, चिंतनशील आणि खुले.

Q.43. स्क्रीनच्या तळाशी, आपण एक लांब, पातळ बार पाहू शकता ज्याला .... म्हणतात.

अ] "टास्क बार"

ब] "शीर्षक पट्टी"

C] "मेनू बार"

D] "स्पेसबार"

Q.44. Windows Vista मध्ये एक "क्लिपबोर्ड" आहे ....

अ] एक अनुप्रयोग कार्यक्रम

ब] तुम्ही कॉपी केलेल्या किंवा एका ठिकाणाहून हलवलेल्या आणि इतरत्र वापरण्याची योजना असलेल्या माहितीसाठी तात्पुरते स्टोरेज क्षेत्र.

सी] एक ऑपरेटिंग सिस्टम.

ड] यापैकी नाही.

प्र.४५. .... हा मूलभूत मजकूर संपादन कार्यक्रम आहे आणि तो सामान्यतः मजकूर फाइल्स पाहण्यासाठी किंवा संपादित करण्यासाठी वापरला जातो.

एक गणकयंत्र"

ब] "नोटपॅड"

C] "पत्ता पुस्तिका"

डी] "पेंट"

औद्योगिक प्रशिक्षण संस्था

मासिक चाचणी-4, गुण- 20, तारीख:- ________________

(प्रत्येक प्रश्नाला दोन गुण असतात)

प्र.४६. ...., हा एक ड्रॉइंग प्रोग्राम आहे ज्याचा वापर ग्राफिक प्रतिमा सुधारित करण्यासाठी केला जाऊ शकतो.

अ] "ब्रश"

ब] "पेंट"

C] "नोटपॅड"

D] "वर्डपॅड"

Q.5. खालील सर्व रिबन टॅब वगळता Word 2007 मध्ये प्रदर्शित केले आहेत

अ] घर

ब] घाला

क] साधने

ड] पृष्ठ मांडणी

प्र.९. वर्डमध्ये फाईलला .... असे म्हणतात.

अ] "टेम्प्लेट"

ब] "फॉर्म"

C] "डेटाबेस"

D] "दस्तऐवज"

प्र.१३. A .... हा दस्तऐवजाच्या एका भागातून त्याच दुसऱ्या भागात संबंधित माहितीचा संदर्भ आहे.

• 157 •

अ] हायपरलिंक

ब] क्रॉस-रेफरन्स

क] कागदपत्र

ड] दुवा

प्र.१४. इंडेंटेशनसाठी तुम्ही तुमचा मजकूर इंडेंट करण्यासाठी "............" टॅबवरील "परिच्छेद" गटातील "इंडेंट कमी करा" आणि "इंडेंट वाढवा" चिन्ह वापरू शकता.

अ] घाला

ब] घर

क] पृष्ठ मांडणी

ड] डेटा

प्र.१६. "............." हा समानार्थी शब्दांचा शब्दकोश आहे ज्याचा वापर तुम्ही एखाद्या संज्ञेचे समानार्थी शब्द शोधण्यासाठी करू शकता.

अ] भाषांतर करा

ब] शुद्धलेखन

क] कोश

ड] संशोधन

प्र.१७. A "............." ही विषयांची सूची आहे जी त्यांच्या संबंधित पृष्ठ संदर्भांसह दस्तऐवजात दिसते.

अ] अनुक्रमणिका

ब] तक्ता

क] क्लिपबोर्ड

ड] विषयपत्रिका

प्र.१९. A "............" हे वर्तमान दस्तऐवजातील स्थानाशी दुसऱ्या दस्तऐवज किंवा वेब साइटशी जोडलेले कनेक्शन आहे.

साखळी

ब] हायपरलिंक

क] हायपोलिंक

ड] दुवा

प्र.२६. ए "............." हा पूर्व-डिझाइन केलेला दस्तऐवज आहे जो फॅक्स, इनव्हॉइस किंवा बिझनेस लेटर यांसारखे सामान्य हेतूचे दस्तऐवज तयार करण्यासाठी उपयुक्त आहे.

अ] साचा

ब] फाइल

क] फॉर्म

ड] डेटाबेस

प्र.२८. A "............" क्षैतिज पंक्ती आणि उभ्या स्तंभांच्या वाचण्यास-सोप्या स्वरूपात माहिती व्यवस्थापित करण्यासाठी वापरला जातो.

अ] सेल

ब] पत्रक

क] पेटी

ड] तक्ता

औद्योगिक प्रशिक्षण संस्था

मासिक चाचणी-5, गुण- 20, तारीख:- ________________

(प्रत्येक प्रश्नाला दोन गुण असतात)

प्र.29. डावीकडील वैयक्तिक वर्ण काढण्यासाठी तुम्ही "............" दाबू शकता.

अ] हटवा

ब] बॅकस्पेस

क] प्रविष्ट करा

ड] स्पेसबार

प्र.३०. जेव्हा तुम्ही "होम" टॅबवरील "फॉर्मेट प्रिंटर" आयकॉनवर क्लिक करता, तेव्हा तुम्ही पाहू शकता की तुमचा माउस पॉइंटर "............" आयकॉनमध्ये बदलतो.

अ] पेंटब्रश

ब] आय-बीम

क] बाण

ड] 4-वे बाण

प्र.३३. जेव्हा तुम्ही तुमचा माउस एका बटणावर हलवता तेव्हा एक .... प्रदर्शित होते. ते बटण काय करते याचे तपशीलवार वर्णन प्रदान करते.

अ] सुपर-टूलटिप

ब] उप-साधन

क] माहिती

ड] की-टिप

प्र.35. .... ॲप्लिकेशन्स तुम्हाला विविध प्रकारचे लिखित दस्तऐवज तयार करण्यात मदत करतात जसे की वैयक्तिक पत्रे, पत्रे, माहितीपत्रके, फॅक्स आणि अगदी व्यावसायिक हस्तपुस्तिका.

अ] वर्ड प्रोसेसर

ब] शब्द पॅड

क] नोट पॅड

ड] यापैकी नाही

प्र.४०. दस्तऐवज स्वयंचलितपणे दुरुस्त करण्यासाठी, आम्ही वापरतो

अ] स्वयं योग्य वैशिष्ट्य

ब] स्वयं पूर्ण वैशिष्ट्य

क] स्वरूपन

D] बिल्डिंग ब्लॉक्स

प्र.४१. न्यूज पेपर कॉलम्ससाठी "................" हा एक सामान्य अनुप्रयोग आहे.

अ] बातम्या वाचणे

ब] बातमी पत्र

क] बातमी

ड] वृत्त संपादक

प्र.४७. दस्तऐवजात विशिष्ट स्थान चिन्हांकित करण्यासाठी "............." वापरला जातो.

अ] अनुक्रमणिका

ब] हायपरलिंक

क] बुकमार्क

ड] तक्ता

प्र.५०. पदानुक्रमातील आयटमची पातळी बदलत असताना तुम्ही वापरून इंडेंट वाढवू शकता

अ] "टॅब"

ब] "बॅकस्पेस"

C] "हटवा"

D] "स्पेसबार"

प्र.५१. तळटीप किंवा एंडनोट्सचा वापर विशिष्ट "................" प्रदान करण्यासाठी केला जातो.

अ] संदर्भ

ब] माहिती

क] गुण

ड] याद्या

प्र.१. फॉर्म्युला बारमध्ये, एक द्वारे विभक्त केलेले सेल पत्ते प्रारंभ आणि संपादित करून समीप श्रेणी निर्दिष्ट केली जाते

अ] अर्धविराम

ब] स्वल्पविराम

क] पूर्णविराम

ड] कोलन

औद्योगिक प्रशिक्षण संस्था

मासिक चाचणी-6, गुण- 20, तारीख:- _______________

(प्रत्येक प्रश्नाला दोन गुण असतात)

Q.3. A .... हे डेटाचे दृश्य प्रतिनिधित्व आहे आणि माहिती समजण्यास सोप्या आणि आकर्षक पद्धतीने व्यक्त करते.

अ] तक्ता

ब] टेबल

क] चित्र

ड] ग्राफिक

Q.4. सूत्रांमध्ये, ... ने विभक्त केलेले सेल पत्ते देऊन एक नॉन-लग्न श्रेणी निर्दिष्ट केली जाते.

अ] अर्धविराम

ब] स्वल्पविराम

क] पूर्णविराम

ड] कोलन

प्र.२०. A "..............." हे पूर्वलिखित सूत्र आहे जे आपोआप गणना करते.

अ] "कार्य"

ब] "समीकरण"

C] "टेम्पलेट"

D] "प्रतिक्रिया"

प्र.२१. एमएस एक्सेल 2007 वेगवेगळ्या प्रकारच्या .... साठी वापरला जातो.

अ] आकडेमोड

ब] फेरफार

क] सादरीकरणे

ड] अभिव्यक्ती

प्र.२५. पदानुक्रमातील आयटमची पातळी बदलताना तुम्ही वापरून इंडेंट वाढवू शकता.

अ] "टॅब"

ब] "बॅकस्पेस"

C] "हटवा"

D] "स्पेसबार"

प्र.२७. डावीकडील वैयक्तिक वर्ण काढण्यासाठी तुम्ही "............." दाबू शकता.

अ] हटवा

ब] बॅकस्पेस

क] प्रविष्ट करा

ड] स्पेसबार

प्र.२९. पंक्ती आणि स्तंभाच्या छेदनबिंदूला "..............." म्हणतात.

अ] तक्ता

ब] सेल

क] डेटा

ड] पत्रक

प्र.३०. A .... ही एक फाईल आहे जी अनुप्रयोगाद्वारे "वापरण्यासाठी तयार" स्वरूपात प्रदान केली जाते.

अ] पत्रक

ब] साचा

क] पुस्तक

ड] अहवाल

प्र.३१. A .... हे डेटाचे दृश्य प्रस्तुतीकरण आहे आणि माहिती समजण्यास सोप्या आणि आकर्षक पद्धतीने व्यक्त करते.

अ] तक्ता

ब] तक्ता

क] चित्र

ड] ग्राफिक

प्र.35. "............" हे वैयक्तिक डिझाइन आहेत जे दस्तऐवजाच्या वेगवेगळ्या भागांवर लागू केले जाऊ शकतात.

अ] "ग्राफिक्स"

ब] "शैली"

C] "चित्रे"

D] "थीम"

औद्योगिक प्रशिक्षण संस्था

मासिक चाचणी-7, गुण- 20, तारीख:- _______________

(प्रत्येक प्रश्नाला दोन गुण असतात)

प्र.३६. "............" मध्ये फाइल उघडणे, सेव्ह करणे, प्रिंट करणे आणि बंद करणे यासाठी कमांड्स असतात.

अ] "पहा" टॅब

ब] "ऑफिस बटण"

C] "इन्सर्ट" टॅब

D] "पुनरावलोकन" टॅब

प्र.३९. पानाच्या वरच्या मार्जिनमध्ये दिसणाऱ्या मजकुराला .... म्हणतात.

अ] तळटीप

ब] स्तंभ

क] शीर्षलेख

ड] परिच्छेद

प्र.४२. स्वयंचलित सापेक्ष सेल संदर्भ थांबवण्यासाठी, म्हणजे सेल संदर्भ निरपेक्ष करण्यासाठी, स्तंभ आणि पंक्ती क्रमांकाच्या आधी .... वर्ण टाइप करा.

अ] # हॅश.

ब] $ डॉलर.

क] % टक्के.

ड] * तारा.

Q.5. "..............." वापरण्यास तयार असलेल्या चित्राचा संदर्भ घ्या.

अ] "शब्दकला"

ब] "क्लिपआर्ट"

C] "स्मार्टआर्ट"

डी] "ऑटोशेप"

प्र.८. "..........." टॅबमध्ये स्लाइड शो कसा सादर करायचा हे नियंत्रित करणारी साधने आहेत.

अ] "डिझाइन"

ब] "स्लाइड शो"

C] "पुनरावलोकन"

D] "पहा"

प्र.१०. .... जे सेव्ह, अनडू आणि रिडू सारख्या सामान्यतः वापरल्या जाणार्‍या कमांडचे प्रतिनिधित्व करणारे आयकॉन प्रदर्शित करते.

अ] होम बटण

ब] रिबन

C] क्विक ॲक्सेस टूल बार

ड] ऑफिस बटण

प्र.११. A "..........." हे सध्याच्या डॉक्युमनेटमधील एखाद्या स्थानाशी, दुसरे दस्तऐवज किंवा वेबसाइटचे कनेक्शन आहे.

अ] हायलिंक

ब] हिपोलिंक

क] दुवा

डी] हायपरलिंक

प्र.१२. .... संगणकावर स्लाइड शो तयार करण्यासाठी वापरले जातात

अ] सादरीकरण ग्राफिक्स

ब] विश्लेषणात्मक विकास कार्यक्रम

C] सुपर स्लाइड पॅकेजेस

ड] स्लाइड मेकर टूल्स

प्र.१५. ग्राफिक प्रेझेंटेशनमध्ये, प्रत्येक प्रेझेंटेशनचे कार्यक्रम .... मध्ये विभागलेले आहेत.

अ] तक्ते

ब] स्लाइड्स

क] तक्ते

ड] चित्रे

प्र.१९. A "..............." हे पूर्व-डिझाइन केलेले सादरीकरण आहे जे फोटो अल्बम किंवा क्विझ शो यासारख्या सामान्य हेतूसाठी डिझाइन केलेले आहे.

अ] "तक्ता"

ब] "टेबल"

C] "स्लाइड"

D] "टेम्पलेट"

औद्योगिक प्रशिक्षण संस्था

मासिक चाचणी-8, गुण- 20, तारीख:- ________________

(प्रत्येक प्रश्नाला दोन गुण असतात)

Q.43. प्राथमिक की असणे आवश्यक आहे

अ] अद्वितीय परंतु परवानगी शून्य.

ब] अद्वितीय आणि शून्य नाही.

C] नॉन-युनिक आणि शून्य नाही.

D] नॉन-युनिक आणि परमिट शून्य.

Q.44. खालीलपैकी कोणती कार्ये DBA द्वारे केली जातात?

अ] डेटाबेस डिझाइन.

ब] प्रणाली सुरक्षा.

सी] बॅकअप आणि पुनर्प्राप्ती.

ड] वरील सर्व.

प्र.४५. "..........." हा एक रिलेशन डेटाबेस मॅनेजमेंट ऍप्लिकेशन आहे जो डेटाबेस तयार करण्यासाठी आणि त्याचे विश्लेषण करण्यासाठी वापरला जातो.

अ] शब्द 2007.

ब] प्रवेश 2007.

सी] सिस्टम सुरक्षा.

ड] पॉवरपॉइंट 2007.

प्र.४७. A "............" हे तुमच्या टेबलमधील फील्ड किंवा फील्डचा संच आहे जो प्रत्येक रेकॉर्डसाठी एक अद्वितीय ओळखकर्ता प्रवेश प्रदान करतो.

अ] पासवर्ड.

ब] विशेष संहिता.

C] प्राथमिक की.

ड] अद्वितीय कोड.

प्र.५१. डेटाबेस परिभाषित करण्याची पहिली पायरी काय आहे.

अ] डेटाबेस डिझाइन करणे.

ब] डेटा संकलन.

C] तुमच्या डेटाबेसचे नियोजन करणे.

ड] तुमचा डेटा डिजिटाइझ करणे.

प्र.५४. डीबीएमएस म्हणजे...................

A] डेटाबेस व्यवस्थापन प्रणाली.

B] डोमेन व्यवस्थापन प्रणाली.

C] डोमेन मॅनेजमेंट सर्व्हर.

D] डोमेन व्यवस्थापन शैली.

Q.58 तुम्ही मजकूर फील्डमध्ये कॅरेक्टर्स पर्यंत प्रविष्ट करू शकता.

अ] ३७५

ब] 125

क] 235

ड] 255

प्र.१. नेटस्केप नेव्हिगेटर हा एक प्रकार आहे ....

A] उपयुक्तता कार्यक्रम.

ब] कार्यप्रणाली.

C] ब्राउझर.

ड] वेब ऑथरिंग प्रोग्राम.

Q.2. जेव्हा तुम्ही "http://www.mkcl.org" सारखा पत्ता टाइप करता तेव्हा या .org मध्ये सूचित होते.

अ] मूळ वेब साइट.

ब] व्यावसायिक वेब साईट.

C] संस्थात्मक वेब साइट.

ड] शैक्षणिक वेबसाईट.

Q.3. तुम्ही .... आणि............... वापरून विशिष्ट विषयासाठी वर्ल्ड वाइड वेबवर शोधू शकता.

अ] गोफर्स, फिडोस.

B] स्कॅनर, शोध इंजिन.

C] शोध इंजिन, अनुक्रमणिका.

ड] ब्राउझर, लार्कर्स.

औद्योगिक प्रशिक्षण संस्था

मासिक चाचणी-9, गुण- 20, तारीख:- ________________

(प्रत्येक प्रश्नाला दोन गुण असतात)

प्र.९. जगभरातील अनेक संगणकांना जोडणारे नेटवर्क म्हणजे काय?

अ] इंट्रानेट.

B] इंटरनेट.

क] अर्पणेत.

ड] नेटवर्क.

प्र.१०. खालीलपैकी कोणता ब्राउझर आहे.

अ] वेब साईट.

ब] मायक्रोसॉफ्ट.

C] इंटरनेट एक्सप्लोरर.

ड] www.

प्र.११. DNS या अटींचा अर्थ आहे.

अ] डेटा नामकरण प्रणाली.

ब] नाव प्रणाली करा.

C] डोमेन नेम सिस्टम.

ड] डुप्लिकेट नाव प्रणाली.

प्र.१२. इंटरनेट ई-मेल पत्ता प्रत्येक वापरकर्त्यासाठी .... आहे.

अ] अद्विवतीय.

ब] समान.

क] सामान्य.

ड] यापैकी नाही.

प्र.१३. कोणत्याही वेबसाइटवर नेव्हिगेट करण्यासाठी, वापरकर्त्यास प्रविष्ट करणे आवश्यक आहे

अ] URL.

ब] www.

क] पीपीपी.

ड] यापैकी नाही.

प्र.१४. ई-कॉमर्सचे पूर्ण रूप काय आहे?

अ] इंग्रजी वाणिज्य.

ब] इलेक्ट्रॉनिक कॉमर्स.

C] इलेक्ट्रिक कॉमर्स.

ड] घटक वाणिज्य.

प्र.१५. तुम्हाला आवश्यक असलेल्या एखाद्याला ई-मेल पाठवण्यासाठी ....

अ] रहिवासी पत्ता.

ब] इंटरनेट कनेक्टिव्हिटी.

C] फॅक्स पत्ता.

ड] यापैकी नाही.

प्र.१६. .... हे वेबपेज पाहण्यासाठी वापरले जाते.

अ] इनबॉक्स.

ब] रिसायकल बिन.

C] इंटरनेट एक्सप्लोरर.

D] नेटवर्क नेबरहुड.

प्र.१७. URL चे पूर्ण रूप

अ] युनिव्हर्सल रिसोर्स लोकेटर.

B] युनिफॉर्म रिसोर्स लोकेटर.

C] युनि रिसोर्स लोकेटर.

ड] यापैकी नाही.

प्र.१९. खालीलपैकी कोणते सर्च इंजिन आहे.

अ] गुगल.

ब] अल्टा व्हिस्टा.

क] याहू.

ड] हे सर्व.

औद्योगिक प्रशिक्षण संस्था

मासिक चाचणी-10, गुण- 20, तारीख:- _______________

(प्रत्येक प्रश्नाला दोन गुण असतात)

2] <b>टॅग संलग्न मजकूर ठळक करतो] मजकूर ठळक करण्यासाठी इतर टॅग कोणता आहे?

a] <strong>

b] <dar>

c] <काळा>

d] <emp>

3] टॅग आणि चाचणी जे थेट पृष्ठावर प्रदर्शित होत नाहीत ते _______ विभागात लिहिलेले आहेत]

• 167 •

a] <html>

b] <डोके>

c] <शीर्षक>

ड] <शरीर>

4] कोणता टॅग तुमच्या वेब पृष्ठावर क्षैतिजरित्या ओळ घालतो?

a] <hr>

b] <ओळ>

c] <लाइन दिशा="क्षैतिज">

d] <tr>

5] कोणत्याही HTML डॉक्युमेंटमध्ये पहिला टॅग कोणता असावा?

a] <head>

b] <शीर्षक>

c] <html>

ड] <दस्तऐवज>

6] कोणता टॅग तुम्हाला टेबलमध्ये एक पंक्ती जोडण्याची परवानगी देतो?

a] <td> आणि </td>

b] <cr> आणि </cr>

c] <th> आणि </th>

d] <tr> आणि </tr>

7] तुम्ही बुलेट केलेली यादी कशी बनवू शकता?

a] <सूची>

b] <nl>

c] <ul>

d] <ol>

८] तुम्ही क्रमांकित यादी कशी बनवू शकता?

a] <dl>

b] <ol>

c] <सूची>

ड] <ul>

9] तुम्ही ई-मेल लिंक कशी बनवू शकता?

a] <a href="xxx@yyy">

b] <mail href="xxx@yyy">

c] <mail>xxx@yyy</mail>

d] <a href="mailto:xxx@yyy">

10] हायपरलिंक बनवण्यासाठी योग्य HTML काय आहे?

a] <a href="http:// mcqsets]com">ICT Trends Quiz</a>

b] <a name="http://mcqsets]com">ICT Trends Quiz</a>

c] <http://mcqsets]com</a>

d] url="http://mcqsets]com">ICT Trends Quiz

11] मजकूर इटॅलिक करण्यासाठी योग्य HTML टॅग निवडा

a] <ii>

b] <तिरकस>

c] <तिरकस>

ड] <i>

औद्योगिक प्रशिक्षण संस्था

मासिक चाचणी-11, गुण- 20, तारीख:- ______________

(प्रत्येक प्रश्नाला दोन गुण असतात)

1] JavaScript आणि Java यांना समान नाव का आहे?

A] JavaScript ही Java ची स्ट्रिप-डाउन आवृत्ती आहे

ब] JavaScript चे वाक्यरचना जावावर आधारित आहे

क] ते दोघेही जावा बेटावर उगम पावले

ड] वरीलपैकी काहीही नाही

2] जेव्हा वापरकर्ता JavaScript प्रोग्राम असलेले पृष्ठ पाहतो तेव्हा कोणते मशीन प्रत्यक्षात स्क्रिप्ट कार्यान्वित करते?

अ] वेब ब्राउझर चालवणारी वापरकर्त्याची मशीन

B] वेब सर्व्हर

C] नेटस्केपच्या कॉर्पोरेट कार्यालयांमध्ये खोलवर असलेले मध्यवर्ती मशीन

ड] वरीलपैकी काहीही नाही

3] ______ JavaScript ला क्लायंट-साइड JavaScript देखील म्हणतात]

अ] मायक्रोसॉफ्ट

ब] नेव्हिगेटर

क] LiveWire

ड] मूळ

4] __________ JavaScript ला सर्व्हर-साइड JavaScript असेही म्हणतात]

अ] मायक्रोसॉफ्ट

ब] नेव्हिगेटर

क] LiveWire

ड] मूळ

5] JavaScript प्रोग्राम्समध्ये व्हेरिएबल्स कशासाठी वापरले जातात?

अ] संख्या, तारखा किंवा इतर मूल्ये साठवणे

ब] याद‍ृच्छिकपणे बदलणारे

• 169 •

C] हायस्कूल बीजगणित फ्लॅशबॅक होऊ

ड] वरीलपैकी काहीही नाही

6] _______ HTML पृष्ठामध्ये एम्बेड केलेली JavaScript विधाने माउस-क्लिक, फॉर्म इनपुट आणि पृष्ठ नेव्हिगेशन सारख्या वापरकर्त्यांच्या इव्हेंटना प्रतिसाद देऊ शकतात]

अ] क्लायंट-बाजू

ब] सर्व्हर-साइड

क] स्थानिक

ड] मूळ

7] तुमच्या JavaScript च्या अगदी शेवटी काय दिसले पाहिजे?

<script LANGUAGE="JavaScript">टॅग

अ] द</script>

ब] द <script>

C] END विधान

ड] वरीलपैकी काहीही नाही

8] क्लायंट-साइड JavaScript सह खालीलपैकी कोणते केले जाऊ शकत नाही?

अ] फॉर्म प्रमाणित करणे

B] ईमेलद्वारे फॉर्मची सामग्री पाठवणे

C] फॉर्मची सामग्री सर्व्हरवरील डेटाबेस फाइलमध्ये संग्रहित करणे

ड] वरीलपैकी काहीही नाही

9] JavaScript मधील फंक्शन्सची क्षमता खालीलपैकी कोणती आहे?

अ] मूल्य परत करा

ब] पॅरामीटर्स स्वीकारा आणि मूल्य परत करा

क] मापदंड स्वीकारा

ड] वरीलपैकी काहीही नाही

10] खालीलपैकी कोणते जावास्क्रिप्ट व्हेरिएबलचे वैध नाव नाही?

अ] 2 नावे

ब] _पहिले_आणि_आडनावे

क] प्रथम आणि शेवटचे

ड] वरीलपैकी काहीही नाही

औद्योगिक प्रशिक्षण संस्था

मासिक चाचणी-12, गुण- 20, तारीख:- _______________

(प्रत्येक प्रश्नाला दोन गुण असतात)

Q. 1 _______ म्हणजे मौल्यवान माहितीचे अनधिकृत प्रवेश, रेकॉर्डिंग, प्रकटीकरण किंवा विनाश यापासून संरक्षण करण्यासाठी घेतलेली सराव आणि खबरदारी.

अ] नेटवर्क सुरक्षा

ब] डेटाबेस सुरक्षा

क] माहिती सुरक्षा

ड] भौतिक सुरक्षा

प्रश्न 2 _______ प्लॅटफॉर्मचा वापर क्लाउडमधील माहितीच्या सुरक्षिततेसाठी आणि संरक्षणासाठी केला जातो.

अ] क्लाउड वर्कलोड संरक्षण प्लॅटफॉर्म

B] क्लाउड सुरक्षा प्रोटोकॉल

क] AWS

ड] वन ड्राइव्ह

प्र. 3 तडजोड करणारी गोपनीय माहिती अंतर्गत येते__

किडा

ब] धमकी

क] अगतिकता

ड] हल्ला

प्र. 4 प्रणाली किंवा नेटवर्कला हानी पोहोचवण्याचा, नुकसान करण्याचा किंवा धोका निर्माण करण्याचा प्रयत्न करणे याला व्यापकपणे _______ असे म्हटले जाते.

अ] सायबर-गुन्हा

ब] सायबर हल्ला

क] प्रणाली अपहरण

ड] डिजिटल गुन्हे

प्र. 5 सीआयए ट्रायड बहुतेकदा खालीलपैकी कोणते द्वारे दर्शविले जाते?

अ] त्रिकोण

ब] कर्ण

क] लंबवृत्त

ड] वर्तुळ

Q. 6 माहितीच्या सुरक्षेशी संबंधित, गोपनीयता खालीलपैकी कोणाच्या विरुद्ध आहे?

अ] बंद

ब] प्रकटीकरण

क] आपत्ती

ड] विल्हेवाट

Q. 8 _______ म्हणजे अज्ञात वापरकर्त्यांद्वारे केलेल्या बदलापासून डेटाचे संरक्षण.

अ] गुप्तता

ब] सचोटी

क] प्रमाणीकरण

ड] नकारणे

प्र. 9 _________ माहितीचा अर्थ, केवळ अधिकृत वापरकर्ते माहितीमध्ये प्रवेश करण्यास सक्षम आहेत.

अ] गुप्तता

ब] सचोटी

क] अ-नकार

ड] उपलब्धता

प्रश्न 10 हे माहितीचे मूळ आणि प्रामाणिक वापरकर्ता ओळखण्यात मदत करते. याला येथे ___________ असे संबोधले जाते

अ] गुप्तता

ब] सचोटी

क] सत्यता

ड] उपलब्धता

प्र. 11 डेटा _____________ गोपनीयतेची खात्री करण्यासाठी वापरला जातो.

अ] एनक्रिप्शन

ब] कुलूप लावणे

क] डिक्रिप्शन

ड] बॅकअप